தேர்வுக்குத் தயாராகுங்கள்

முனைவர். ப.பாலசுப்பிரமணியன்
M.A., M.B.A., M.C.A., M.L.I.Sc., M.Phil., Ph.D
நூலகர்
மனோன்மணியம் சுந்தரனார் பல்கலைக்கழகம்
திருநெல்வேலி - 627012

AF759030

சங்கர் பதிப்பகம்
15/21, டீச்சர்ஸ் கில்டு காலனி,
2வது தெரு, இராஜாஜி நகர் விரிவு,
வில்லிவாக்கம், சென்னை - 600 049
தொலைபேசி : 044 - 2650 2086 / 9444191256
email : shankar_pathippagam@yahoo.com
web : www.shankarpathippagam.in
www.bookthagam.com

தேர்வுக்குத் தயாராகுங்கள் / Thervukku thayaragungal

முனைவர். ப. பாலசுப்ரமணியன் / Munaivar Pa.Balasubramanian

© வெளியீட்டாளர்கள்

பதிப்பு	:	2019
விலை	:	110/--
மொத்த பக்கங்கள்	:	120
வெளியிட்டோர்	:	சங்கர் பதிப்பகம், 15/21, டீச்சர்ஸ் கில்டு காலனி, 2வது தெரு, இராஜாஜி நகர் விரிவு வில்லிவாக்கம், சென்னை - 600 049 தொலைபேசி : 044 - 2650 2086 / 9444191256
ISBN No.	:	978-93-87655-94-2
ஒளி அச்சு	:	பாலா கிராஃபிக்ஸ்
முன் அட்டை	:	பழனி & லதா
அச்சிட்டோர்	:	எம்.கே.கிராபிக்ஸ், சென்னை - 600 021

என்னுரை

நான் இந்திய ஆட்சிப் பணித் தேர்வு எழுத வேண்டும், அதில் வெற்றி பெற வேண்டும் என்று தூய யோவான் கல்லூரி, பாளையங் கோட்டையில் பயிலும்போது எண்ணியது உண்டு.

அந்த எண்ணத்தில் பாளையங்கோட்டை மைய நூலகத்தில் அமர்ந்து பல நூல்களைக் கற்றேன். அந்த வாசிப்பின் வெளிப்பாடே இந்நூல்.

காலங்கள் ஓடின. வாழ்க்கைப் பாதையும் மாறின.

எனினும் என்னால் இயன்ற அளவு என் அனுபவத்தின் அடிப்படையில் போட்டித் தேர்வுக்குத் தயாராவதற்கு ஓர் எளிமையான ஓர் நூல் எழுதியுள்ளேன்.

மாணவ, மாணவியருக்கு இந்நூல் பயனுள்ளதாக இருக்கும் என்று எண்ணுகிறேன்.

இந்நூலினை அழகிய முறையில் குறுகிய காலத்தில் பதிப்பித்து வெளிக்கொண்டு வந்த சங்கர் பதிப்பகம், சென்னை அவர்களுக்கு

என் முதற்கண் நன்றிதனைத் தெரிவித்துக் கொள்கிறேன்.

என்னுடைய எழுத்துப் பணியினை ஊக்குவிக்கும் எங்கள் பல்கலைக் கழகத் துணைவேந்தர் பேராசிரியர் கா.பிச்சுமணி அவர்களுக்கும், பல்கலைக்கழக வளர்ச்சியில் அவருக்கு உறுதுணையாக இருக்கும் பல்கலைக்கழகப் பதிவாளர் முனைவர். S. சந்தோஷ்பாபு அவர்களுக்கும் என் இதயம் கனிந்த நன்றியைத் தெரிவித்துக் கொள்கிறேன்.

என்னுடைய பெற்றோர் திரு. க. பலவேசம், ப. காமாட்சி அம்மாள், என் அன்பு மனைவி பா. தேவி மற்றும் என் எழுத்துப் பணியினை ஊக்குவிக்கும் என் அன்பு நண்பர்கள், என்னுடைய ஆய்வு மாணவ, மாணவியர்களுக்கும் என் உளமார்ந்த நன்றிதனை உரித்தாக்குகின்றேன்.

முனைவர். ப. பாலசுப்பிரமணியன்

M.A., M.B.A., M.c.A., M.L.I.Sc., M.Phil., Ph.D

உள்ளே..

•

இரவில்

நான்கு மணி நேரம்

படித்தால் மட்டும்

போதும்.

ஆனால் அதை

ரசித்து, ருசித்து, விரும்பி

படிக்க வேண்டும்

என்பதை மட்டும்

நினைவில்

நிறுத்திக் கொள்ள வேண்டும்.

•

1 அச்சம் தவிர்

தேர்வு என்னும்போது முதலில் மாணவர்களிடம் தோன்றுவது பயம். அச்சம். கலக்கம்.

எதற்காகப் பயப்பட வேண்டும்?

தேர்வு என்பது நமக்குத் தீங்கு விளை விக்கக்கூடிய அரக்கனா?

கிடையாது.

அது நம்மைச் சோதிக்கும் ஒரு முறை. அவ்வளவே.

அப்படியானால் அச்சமின்றி தேர்வை எதிர்கொள்ள வேண்டும்.

அதற்கு என்ன செய்ய வேண்டும்? தங்கள் படிப்பை முறைப்படுத்திக் கொள்வது மாணவர்களின் கடமை. அப்போதுதான்

பாடங்களை எளிதாகப் படிக்க முடியும். படித்தவற்றை மறக்காமல் நினைவில் வைத்திருக்க முடியும். தேர்வை சுலபமாக எதிர் கொள்ள முடியும். இதற்கு முக்கியக் காரணமான ஆர்வத்தையும் வளர்த்துக் கொள்ள முடியும்.

தேர்வில் சிறந்த மதிப்பெண்களைப் பெற வேண்டும் என்ற நோக்கத்தில் வெற்றியைப் பெறுவதற்கு முதல்படியாக அமைவது முறைப்படுத்துதல் ஆகும்.

தேர்விற்காகப் படிக்கும்போது வெறுமனே புத்தகத்தைப் புரட்டிக் கொண்டே இருந்தால் பார்வைதான் புத்தகத்தில் இருக்குமே தவிர, அதிலுள்ள கருத்துக்கள் எதுவும் மனதில் பதியாது. நினைவிலும் நிற்காது.

எனவே குறிப்பெடுத்தல் என்பது மிக முக்கியம். உங்கள் பாடத்திட்டம் என்ன என்பதைத் தெரிந்து வைத்துக் கொள்ளுங்கள். வகுப்பில் கொடுக்கப்பட்ட குறிப்புகளைப் பாட வாரியாகத் தொகுத்து வைத்துக் கொள்ளுங்கள். இதற்காகத் தனி நோட்டை நீங்கள் பராமரிக்கலாம்.

நிறைய பேர் செய்கிற தவறு என்னவென்றால் கிடைக்கிற துண்டுச் சீட்டில் குறித்துக் கொள்வார்கள். ஆனால் அதன்பிறகு அதனைப் பத்திரப்படுத்த மறந்து விடுவார்கள். அவசரத்திற்குத் தேடுகிறபோது கிடைக்காது. வீட்டின் மூலை முடுக்கெல்லாம் துழாவி களைத்துப் போவார்கள்.

இதனால் உங்கள் நேரமும் வீணாகும். எழுதிய குறிப்புகளும் கிடைக்காது. பதற்றம் வேறு தொற்றிக் கொள்ளும்.

எனவே துண்டுச் சீட்டில் குறிப்பெடுக்கும் பழக்கத்தை உடனே நிறுத்தி விடுங்கள். ஒருவேளை வேறு வழியில்லாமல் அவ்வாறு குறிப்பெடுக்க வேண்டிய சூழல் அமைந்துவிட்டால் எழுதிக் கொள்ளுங்கள். ஆனால் வீட்டிற்கு வந்ததும் முதல் வேலையாக அதை உங்கள் குறிப்பேட்டில் எழுதி வைத்துவிடுங்கள்.

குறிப்பேடு பாடவாரியாக அமைத்துக் கொள்ளப்பட வேண்டும். இது மிக முக்கியம்.

குறிப்பேட்டில் பதிவு செய்துவிட்டதால் அந்தப் பாடங்களை நீங்கள் நன்றாகப் படித்துக் கொண்டு விட்டீர்கள் என்றாகிவிடாது. அதனை கால அட்டவணைப்படி மீண்டும் மீண்டும் படித்து மனப் பாடம் செய்து வரவேண்டும்.

படிக்கும்போது மறக்காமல் ஒரு பேப்பர், பென்சில், பேனா ஆகியவற்றை அருகே வைத்திருக்க வேண்டும். படிக்கும்போதே உடனுக்குடன் அதை பேப்பரில் எழுதிப் பார்த்துவிட வேண்டும். அதன்பிறகே அடுத்த பாடத்திற்கோ அல்லது அடுத்த கேள்விக்கோ செல்ல வேண்டும்.

நான்கு பாடங்கள் படித்து முடித்தாகிவிட்டதும் அவை அனைத்தையும் எழுதிப் பார்ப்பது அவசியம். ஒவ்வொரு பாடமும் படித்து முடித்து எழுதிப் பார்த்துவிட்டோம் என்று அதை அப்படியே அம்போ என்று விட்டுவிடக் கூடாது. அடுத்த பாடம் படித்து முடித்ததும், அதுவரை படித்து முடித்த அனைத்தையும் எழுதிப் பார்ப்பது அவசியம். அப்போதுதான் படித்த பாடங்கள் அனைத்தும் நன்றாக நினைவில் நிற்கும்.

எந்தவொரு பாடத்தையும் கடைசியில் பார்த்துக் கொள்ளலாம் என்ற அலட்சியப் போக்கை அவசியம் கைவிடுங்கள்.

அவ்வப்போது படித்து எழுதிப் பார்த்துவிட வேண்டும். இல்லை யென்றால் தேர்வுக்கு நீங்கள் முழுமையாகத் தயாராகிவிட்டதாகச் சொல்ல முடியாது. அரைகுறையாக இருப்பது என்றுமே துணிச்சலைத் தராது. தேர்வை நினைத்து அச்சத்தை ஏற்படுத்தும். பதற்றத்தை உருவாக்கும். கவனக் குறைவைக் கொண்டுவரும்.

எனவே திட்டமிட்டுப் படிக்க வேண்டும். முழுமையாகப் படிக்க வேண்டும். தேர்வுக்கு முன்பாக எந்த நேரத்தில் எந்த பாடத்தைப் படிக்க வேண்டும் என்பதை முன்னரே கூறியதுபோல அட்டவணை தயாரித்துக் கொள்ள வேண்டும்.

ஒரு நாளில் குறைந்தது பன்னிரெண்டு மணி நேரம் படிப்பிற்காகச் செலவு செய்ய வேண்டும். இதில் பத்து மணி நேரம் மட்டுமே படிப்பதற்காகச் செலவழித்தால் போதும். மீதமுள்ள இரண்டு மணி நேரத்தில் படித்ததை மனதில் அசைபோட்டுப் பார்ப்பதற்காகச் செலவு செய்ய வேண்டும் இதுதான் படித்ததை உங்கள் மனம் மறக்காமல் நினைவில் நிறுத்தி வைக்க உதவி செய்யும்.

இந்த இரண்டு மணி நேரத்தையும் மொத்தமாக எடுத்துக் கொள்ளாமல், ஐம்பது நிமிடங்கள் படித்தால் அடுத்த பத்து நிமிடத்தை நினைவில் நிறுத்துவதற்காகப் பயன்படுத்திக் கொள்ள வேண்டும்.

தேர்வு பற்றி முறையான அறிவிப்பு வரும்வரைக் காத்திருக்க வேண்டாம். உத்தேசமாகக் காலாண்டுத் தேர்வு எப்போது வரும் என்பதையும், அரையாண்டுத் தேர்வு எப்போது வரும் என்பதையும் முன்கூட்டியே தெரிந்து வைத்துக் கொள்ளுங்கள்.

அதற்கு முன்பாகவே எழுத்து வேலைகள் உட்பட அனைத்து முடிவடையாத பணிகளையும் வேகமாக முடித்துவிடுங்கள். அறிவிப்பு வெளிவந்ததும் அட்டவணை தயாரிப்பது உள்ளிட்ட அனைத்து வேலலகளையும் துரித கதியில் தொடங்கத் தயாரான நிலையில் நீங்கள் இருக்க வேண்டும்.

இந்த காலக்கட்டத்தில் தேர்வைப் பற்றிய ஒரு முழுமையான வடிவத்தை நீங்கள் உங்களுக்குள் அமைத்துக் கொள்ள வேண்டும். அதனை எப்படி அமைத்துக் கொள்ள வேண்டும் என்றால் அது குறித்த சில கேள்விகளை நீங்கள் உங்களிடம் கேட்டுக் கொள்ள வேண்டும்.

தேர்வை எந்த வடிவத்தில் எதிர்கொள்ளப் போகிறீர்கள்?

எப்படி எழுதப் போகிறீர்கள்?

எவ்வளவு மதிப்பெண்களைப் பெற வேண்டும் என்ற குறிக்கோளைக் கொண்டுள்ளீர்கள்?

அதற்கான தகுதியை உண்மையாகவே வளர்த்துக் கொண்டு இருக்கிறீர்களா?

பாடங்கள் அனைத்தையும் தெளிவாகவும் முழுமையாகவும் படித்து முடித்திருக்கிறீர்களா?

என்னென்ன பணிகள் இன்னும் முழுமை அடையாமல் இருக்கின்றன?

அவற்றை எப்படி முடிக்கத் திட்டமிட்டுள்ளீர்கள்?

தேர்வுக்கு மிகக் குறைவான காலமே இருப்பதால் அதற்குள் மீதமிருக்கும் வேலைகளை எப்படி முடிக்கப் போகிறீர்கள்?

அதற்குள் முடித்துவிட முடியும் என்பதை நம்புகிறீர்களா?

இதுபோன்ற கேள்விகளை நீங்கள் கேட்டு அதற்கான பதிலை உங்களிடம் இருந்து பெற்றுக் கொள்ள வேண்டும்.

ஏதாவது பதில் திருப்தியளிக்கவில்லை என்றால் நீங்கள் அந்தப் பணியில் முழுமை அடையவில்லை என்று பொருள். உடனடியாக அதனை முழுமை அடையச் செய்ய வேண்டும்.

மேலும் நீங்கள் திட்டமிடுகிறபோது இன்னும் சிலவற்றையும் நினைவில் வைத்துக் கொள்ள வேண்டும்.

அதாவது குறைந்த காலக்கெடு இருக்கும்போதுதான் உங்களுக்கு இன்னும் சில தவிர்க்க முடியாத நெருக்கடிகளும் வந்து பயமுறுத்தும். விளையாட்டுப் போட்டிகள் வந்து நிற்கும். ஆண்டு விழா சம்பந்தப்பட்ட நிகழ்ச்சிகளில் பங்கேற்க வேண்டிய அவசியம் இருக்கும்.

இதுபோன்ற இன்னும் சில இடையூறுகள் வந்து நிற்கும். அவற்றை உங்களால் ஒதுக்கித் தள்ளிவிடவும் முடியாது.

எனவே திட்டமிடுகிறபோது இவற்றையும் மனதில் வைத்துக் கொள்ள வேண்டும். காரணம் திட்டமிடுதல் மட்டுமே உங்களின் ஒப்பற்ற வெற்றியை நிர்ணயிக்கும். அது சரியாகத் திட்டமிடப்பட வில்லை என்றால் முயற்சி வீணாகிவிடும்.

திட்டமிட்டுவிட்டால் மட்டும் போதாது, அதனை செயல்படுத்த வேண்டும்.

அதுதான் முக்கியம்.

நீங்கள் தயாரித்துள்ள திட்டத்தை நடைமுறைக்குக் கொண்டு வருவது குறித்து தீவிரமாக யோசித்து முடிவெடுக்க வேண்டும். உங்கள் திட்டத்தைக் கண்டிப்பாக உங்கள் பெற்றோருக்கு அறிவிக்க வேண்டும். அத்துடன் அத்திட்டத்தைப் பற்றி அடிக்கடி அவர்கள் உங்களுக்கு நினைவூட்டுமாறும் கேட்டுக் கொள்ள வேண்டும். அத்துடன் திட்டத்தில் எதுவரை சென்றுள்ளீர்கள் என்பதையும் அவர்கள் சோதிக்குமாறு கூற வேண்டும்.

ஒருவேளை திட்டமிட்டவாறு குறிப்பிட்ட காலக்கெடுவிற்குள் பாடங்களைப் படித்து முடிக்கவில்லை என்று வைத்துக் கொள்ளுங்கள். அதற்காகத் திட்டமிடுதலே வீண் முயற்சி என்று விரக்தி அடைந்து அதனை ஒதுக்கித் தள்ளிவிடக்கூடாது.

இக்குறைபாட்டைப் பற்றி உங்கள் ஆசிரியரிடம் ஆலோசனை கேட்கலாம். நிச்சயமாக நீங்கள் எதில் தவறு செய்துள்ளீர்கள் என்பதை அவர் கண்டுபிடித்துச் சொல்வார். அத்துடன் உங்கள் திட்டத்தை மாற்றியமைக்கவும் உதவி செய்வார்.

சில நேரங்களில் தேர்வு நாள் நெருங்கியது தெரியாமல் இருந்து விடலாம். இதுபோன்ற கவனக்குறைவுகள் மனிதர்களுக்கு ஏற்படுவது சகஜம்தான்.

இப்படியொரு சூழல் வந்துவிட்டால் முறையாகத் திட்டமிட்டு படிப்பது என்பது உங்களால் முடியாமல் போய்விடலாம். எனவே நீங்கள் பதற்றம் அடையக்கூடும். டென்ஷன் ஆவீர்கள். அச்சமும், கோபமும் உங்களை ஆட்டிப்படைக்கும்.

இப்படிப்பட்ட தடுமாற்றத்தில் இருந்து உங்களை விடுவித்துக் கொள்வது அவசியம். அதற்கு சற்று காலாற வெளியே எங்காவது நடந்து சென்று வாருங்கள். அல்லது மூச்சுப் பயிற்சி செய்யுங்கள். இப்படிச் செய்கிறபோது உங்கள் கவனம் முழுவதையும் மூச்சை இழுப்பதிலும், விடுவதிலும் மட்டுமே பதிந்திருக்குமாறு செய்ய வேண்டும்.

இதன்மூலம் மனம் ஒருமுகப்படுத்தப்படுகிறது. அப்போது உங்கள் பதற்றமும், அச்சமும் காணாமல் மறைந்து போய்விடும்.

இதன்பிறகு நிதானம் வந்துவிடும். அப்போது நெருங்கி வந்து விட்ட தேர்வை எவ்வாறு எதிர்கொள்வது என்று யோசியுங்கள்.

கண்டிப்பாக நல்ல யோசனை உங்களை வந்தடையும்.

தேர்வு பயம் என்பது எதனால் ஏற்படுகிறது என்பதை மாணவர்கள் ஒவ்வொருவரும் தங்களை சுயபரிசோதனை செய்து பார்க்க வேண்டும்.

காரணங்கள் வரிசையாக உங்கள் முன் வந்து நிற்கும். அவற்றை ஒரு தாளில் உடனே ஒன்று, இரண்டு என்று வரிசையாக எழுதிக் கொள்ளுங்கள்.

காரணங்கள் முழுவதையும் பட்டியலிட்டதும் அவற்றை ஒருமுறை படித்துப் பாருங்கள். ஒவ்வொரு காரணத்தையும் நிதானமாக மனதில் யோசித்துப் பாருங்கள். எதனால் அது உங்கள் மனதில் வந்து நிற்கிறது? எதனால் அது உங்களைப் பயமுறுத்துகிறது? ஏன் அதை விலக்காமல் இன்னும் விட்டு வைத்திருக்கிறோம்? அதை நீக்கினால் வேறு ஏதாவது பாதிப்புகள் வருமா? என்றெல்லாம் நீங்கள் யோசிக்க வேண்டும்.

நிச்சயமாக உங்களுக்கு ஒரு சரியான பதில் கிடைக்கும். உடனே களத்தில் இறங்குங்கள். அந்தக் காரணங்களை உங்கள் இதயத்தில் இருந்து வீசியெறியுங்கள்.

இனிமேல் தேர்வைப் பற்றிய பாதையில் கவனம் செலுத்துங்கள். தானாகவே துணிச்சல் உங்கள் முன் வந்து நிற்கும். பயம் பறந்தோடி இருக்கும்.

தேர்வுக்கு முதல் நாள் இரவு நிச்சயமாக நீண்ட நேரம் கண் விழித்துப் படிப்பது தவிர்க்க முடியாதது. இவ்வாறு அதிக நேரம் படிப்பதால் படித்ததையே மீண்டும் மீண்டும் படிக்கவும் வாய்ப்பு உண்டு.

தூக்கம் பாதிக்கப்பட்டால் மூளையின் செயல்பாடும் குறைந்து போகும். மூளையின் நியூரான் சோர்வடைந்து நினைவலைகள் அங்கும் இங்கும் அலைபாயும்.

அதற்கு முதல் நாள் வரை ஆழ்ந்த உறக்கத்தில் தட்டி எழுப்பிக் கேட்டாலும் மிகச் சரியாகப் பதிலைக் கூறும் நீங்கள், இப்போது உளறுவீர்கள். பதில் பாதியிலேயே நொண்டியடிக்கும். நன்றாகத் தெரிந்த பதில்கூட அப்போது திக்கித் திணறும்.

இவ்வாறு மறந்து போவதற்கு அதிக நேரக் கண்விழிப்பே காரணமாக அமைகிறது. எனவே கூடுதல் நேரம் கண்விழித்துப் படிப்பதால் பயனேதும் கிடையாது. வழக்கமாக மாதிரி தேர்வுக்கு எப்படி படிப்பீர்களோ அப்படிப் படித்தாலே போதுமானது.

இரவில் நான்கு மணி நேரம் படித்தால் மட்டும் போதும். ஆனால் அதை ரசித்து, ருசித்து, விரும்பி படிக்க வேண்டும் என்பதை மட்டும் நினைவில் நிறுத்திக் கொள்ள வேண்டும்.

அருகில் தண்ணீர் பாட்டிலை எப்போதும் வைத்திருப்பது நல்லது. தாகம் எடுக்கும்போது எளிதாக இருக்கும்.

.கொழுப்புச் சத்துள்ள உணவுப் பொருட்களைத் தவிர்க்க வேண்டும். குறிப்பாக அசைவ உணவுகளைத் தேர்வு முடிகிறவரை தள்ளி வைக்கவும். காய்கறிகளை அதிகம் சேர்த்துக் கொள்ளலாம்.

எளிதில் செரிக்காத உணவுகள், குளிர்பானங்கள் போன்றவற்றைச் சேர்க்காமல் இருக்க வேண்டும். இளநீர், மோர், பழச்சாறு போன்ற பானங்கள் நல்லது.

படிக்கும்போது சோர்வாக இருந்தால் ஐந்து அல்லது பத்து நிமிடம் குட்டித் தூக்கம் போடுங்கள். தப்பில்லை.

புரிந்து படியுங்கள். ஆராய்ந்து படியுங்கள். மனதை ஒருமுகப் படுத்திக் கொண்டு படியுங்கள்.

அது அத்தனை எளிதானதல்ல. ரொம்பவும் சிரமம். கட்டுப் பாடற்று திரிவதில் அதிக ஆர்வம் கொண்டு அலையும் மனதை இழுத்துப் பிடித்து ஒரு இடத்தில் நிறுத்துவது என்பது எளிதானதல்ல. ஆனாலும் அதைச் செய்தால் மட்டுமே பலன் கிட்டும்.

தற்காலத்தில் மாணவர்களின் மனதை அலைபாய வைப்பது பல்வேறு வகையிலான ஊடகங்கள்தான். சதா சர்வகாலமும் செல் பேசியில் காதை வைத்துக் கொண்டு முணுமுணுவென்று இடைவிடாமல் பேசிக்கொண்டே இருக்கிறார்கள்.

காதில் ஹெட் போனை மாட்டிக் கொண்டு பாட்டுக் கேட்டுக் கொண்டும், கூடவே உரக்கப் பாடிக் கொண்டும் இருக்கிறார்கள். இதனிடையே வாட்ஸ்அப் வேறு. அதில் நல்லவையும் நடக்கிறது. தேவையற்ற குப்பை சமாச்சாரங்களும் நடக்கிறது. எனினும் இளைய சமூகம் இன்று இதிலேயே முடங்கிக் கிடப்பதால் படிப்பு தடைப்படத் தான் செய்கிறது.

தொலைக்காட்சி நிகழ்ச்சிகளை இடைவிடாமல் பார்ப்பது இன்னொரு அபத்தம். அன்றைய காலக்கட்டத்தில் திரைப்படம் பார்க்க வேண்டும் என்றால் தியேட்டருக்குச் சென்றுதான் பார்க்க வேண்டும். ஆனால் இன்று வீட்டிற்குள்ளேயே அது நுழைந்து விட்டது. ரிமோட்டை அழுத்தினால் படங்கள் வந்து குவிகின்றன. அன்று வெள்ளிக் கிழமை மட்டுமே தூர்தர்ஷனில் அரை மணி நேரம் ஒளிபரப்பான திரைப்படப் பாடல்கள் இன்று நாள் முழுவதும் ஒளிபரப்பாகிக் கொண்டிருக்கின்றன.

இப்படி தொலைக்காட்சி நிகழ்ச்சிகள் சிறியவர், பெரியவர் என்ற பாகுபாடின்றி அனைவரையும் கட்டிப்போட்டு அடிமைத்தளையில் அமிழ்த்தி இருக்கிறது.

இதுவும் மாணவர்களை ஒருமுகப்பட்டு படிப்பதில் உள்ள ஆர்வத்தைக் குறைத்துவிடுகிறது.

இதுபோன்று படிக்கும் ஆர்வத்தைப் பாதிக்கும் விஷயங்களால் மாணவர்களின் படிப்பு குறைந்து மதிப்பெண்களைப் பெறுவதில் பெரும் தடையை ஏற்படுத்தி விடுகிறது. அவர்களின் எதிர்பார்ப்புகள் ஏமாற்றத்தில் முடிவடைந்து விடுகின்றன.

தடைகளைத் தகர்த்தெறிந்து மனதை ஒருமுகப்படுத்தி படிப்பை மட்டுமே ஒரே நோக்கமாகக் கொள்வது என்பது நிச்சயமாக சிரமமான காரியம்தான் என்றாலும் அதை மாணவர்

கள் ஒவ்வொருவரும் செய்தே ஆக வேண்டும். அவர்களுக்குப் பெற்றோர்களும், அண்டை அயலார்களும் உதவ வேண்டும்.

சில மாணவர்களுக்கு வலைத் தளத்தின் உதவியோடு படிக்க வேண்டிய நிர்ப்பந்தம் இருக்கலாம். காரணம் அவ்வாறு அவர்கள் பழகியிருக்கக்கூடும்.

ஆனால் கணினியில் இணையதளத்திற்குள் நுழைந்தாலே தவறான பாதைக்கு இழுத்துச் செல்லும் வலைத் தளங்கள்தான் முன்னால் வந்து நிற்கின்றன. இதனைப் பார்த்து அவர்களின் மனம் தவறான பாதையை விரும்பத் தொடங்கலாம்.

அவ்வாறு ஏற்பட்டால்....?

நிச்சயமாகப் படிப்பு பாதிக்கப்படும்.

எனவே வலைத் தளத்தின் மூலமாகப் படிக்கும் மாணவர்கள் தனி அறைக்குள் கதவைப் பூட்டிக் கொண்டு படிப்பது கூடாது. பெற்றோர் முன்பாக இரகசியம் காக்கும் நிலைப்பாட்டை எடுக்காமல் படிக்க வேண்டும். அப்போது தவறான வலைத் தளத்தின் பக்கம் போகாமல், போகவிடாமல் உங்கள் மனதை ஒருமுகப்படுத்திவிட முடியும்.

சிலருக்கு பகல் கனவு காண்பதில் ஆர்வம் அதிகமாக இருக்கும். ஆனால் ஆழ்ந்து படிக்கும் நிலைப்பாட்டை பகல் கனவு கெடுத்துக் குட்டிச் சுவராக்கிவிடும். எனவே பகல் கனவின் பக்கம் உங்கள் மனம் பயணிக்க எத்தனிக்கும்போது அதை இழுத்துக் கட்ட வேண்டும். அப்படியே சுதந்திரமாக விட்டுவிட்டால் படிப்பைக் கெடுத்துவிடும்.

இவ்வாறு மனதை ஒருமுகப்படுத்தினால்தான் உங்களின் எதிர்பார்ப்புகளை வெற்றியடையச் செய்ய முடியும். அதிக மதிப்பெண்களைப் பெற முடியும். தேர்வு காலத்து அச்ச உணர்வை அகற்ற முடியும்.

2 நேர் மறை எண்ணங்கள்

தேர்வின் மீது மாணவர்களுக்குப் பயம் வருவதற்கு முக்கியக் காரணமே எதிர்பார்த்த மதிப்பெண்களைப் பெறாவிட்டால் மற்றவர் களின் பார்வையில் கீழான நிலையைப் பெற வேண்டி வந்து விடுமே என்பதுதான்.

பிறரைச் சார்ந்து வாழ வேண்டிய இச்சமுதாயத்தில் இதுபோன்ற சூழல் தவிர்க்க முடியாதது. மற்றவர்கள் முன்பு தலைநிமிர்ந்து வாழ வேண்டிய நிர்ப்பந்தம் மனிதர்களாகப் பிறந்த ஒவ்வொருவருக்கும் இருக்கிறது.

அதிலும் குறிப்பாக மாணவர்கள், வயதில் குறைந்தவர்கள். அதிகமான வாழ்க்கை அனுபவத்தைப் பெற்றிராதவர்களைக் கை நீட்டிக் குறை கூறினால் அதனை அவர்களால் அதைப் பொறுத்துக் கொள்ள முடிவதில்லை.

இதுதான் தேர்வைப் பற்றிய பய உணர்வை அவர்களுக்குள் நெய் ஊற்றி வளர்க்கிறது.

'இப்படி வயிறு புடைக்கச் சாப்பிடத்தான் லாயக்கு' என்று நக்கல் செய்வார்கள் சிலர்.

'தலைகீழாக நின்றாலும் உன்னால் முதல் மாணவனாக வரவே முடியாது' என்று சாபமிடுவார்கள் இன்னும் சிலர்.

'என்னைக்குத்தான் சரியான நேரத்திற்கு வந்திருக்கிறாய், இன்னிக்கு மட்டும் வருவதற்கு' என்று எரிச்சலோடு பேசுவர் சிலர்.

இப்படி எதிர்மறையாகப் பேசி வெறுப்படையச் செய்யும் மனிதர்கள் அதிகம் வாழும் பூமி இது.

இவ்வாறு இவர்கள் கூறும்போது நமக்கு வலிக்கத்தான் செய்யும். ஆனால் அவர்கள் உண்மையைத்தான் சொல்கிறார்கள் என்னும் போது வேறு வழியின்றி வாயை மூடிக் கொள்ளத்தான் வேண்டும்.

இதுமாதிரியான கருத்துக்கள் ஒருவரது குணத்தின் குறைபாடு களை உணர்த்துவது ஆகும். இந்தக் குறைகளை நம்மால் நிச்சயமாக மாற்ற முடியும் என்ற உறுதிப்பாட்டை ஒவ்வொருவரும் எடுத்துக் கொள்ள வேண்டும்.

அதற்கு எதையும் சிறப்பான முறையில் சிந்தித்து முடிவெடுக்க வேண்டும். மனத்தை எப்போதும் சுறுசுறுப்பாக வைத்திருக்க வேண்டும். அப்போதுதான் இப்படிப்பட்டக் குறைபாடுகளைக் களைய முடியும். சுதந்திரமாக புது முயற்சியில் நம்மை ஈடுபடுத்த முடியும். ஆக்கப்பூர்வமாகச் சிந்திக்க முடியும்.

இரண்டு முக்கிய விஷயங்களை நாம் நினைவில் நிறுத்த வேண்டும்.

ஒன்று, ஒரு விஷயத்தை நம்மால் செய்ய முடியாது என்று நினைப்பது. மற்றொன்று, அந்த விஷயத்தை நம்மால் துணிச்சலு டன் செயல்படுத்த முடியும் என்ற உறுதியை எடுத்துக் கொள்வது.

ஒரு செயலைச் செய்வதற்கு முன்பு அச்சப்படுவதும், தயங்குவதும் போன்றவற்றால் அதனைச் செய்ய முடியாது என்று நினைக்கிறோம். இப்படிப்பட்டவர்களால் செய்கிற எந்தச் செயலும் உறுதியுடன் செயல்படுத்தவே முடியாது.

தன்னைவிட அதிகத் திறமையுள்ள மாணவனோடு ஒப்பிட்டு, எனக்கு அவன் அளவிற்குத் திறமை கிடையாது என்றும், எனவே

இவ்வளவுதான் செய்ய முடியும் என்றும் ஒரு எதிர்மறை எண்ணத்தை மனதில் கொள்கிறார்கள்.

நேரமில்லை அல்லது நேரம் போதவில்லை என்று நினைப்பார்கள். ஏதோ ஒரு துர்சக்தி தன்னுள் இருப்பதால் இதற்கு மேல் எதுவும் செய்ய முடியவில்லை என்று தளர்ந்து போவார்கள்.

எனது நண்பர்கள் என்னை வேறு வழியில் திருப்பி விட்டார்கள். இல்லையென்றால் நிச்சயமாகச் செய்து முடித்திருப்பேன் என்று மற்றவர்கள் மீது பழியைப் போட்டுத் தப்பிக்க நினைப்பார்கள்.

ஆனால் இவை அனைத்துமே சொதப்பல் காரணங்கள். ஒரு செயலைச் செய்வதற்கு முன்பு, தன்னால் இதைச் செய்ய முடியுமா என்று ஒரு அச்சம் கலந்த கேள்வியோடு இருந்தால் நிச்சயமாக அச் செயலில் முழுமையான வெற்றியைப் பெறவே முடியாது.

இதனை எதிர்மறை அணுகுமுறை என்று சொல்வார்கள்.

எதிலும் நேர்மறை அணுகுமுறையைக் கையாள வேண்டும். ‘இதனை என்னால் செய்து முடிக்க முடியும்’ என்று எண்ண வேண்டும். அதுவே உங்களுக்குத் துணிச்சலையும், ஊக்கத்தையும், நம்பிக்கையையும் தரும்.

நேர்மறை அணுகுமுறை எவ்வாறு இருக்க வேண்டும்?

கண்டிப்பாக என்னால் செய்ய முடியும்.

என்னால் பிரச்சனையை எதிர்கொள்ள முடியும்.

பிரச்சனைகள் ஏற்பட்டால் அதனைச் சமாளிக்க வேறு வழிமுறைகளை என்னால் கண்டறிய முடியும்.

பொறுமையைக் கடைப்பிடிப்பேன்.

என் உணர்ச்சிகளைக் கட்டுப்படுத்துவேன்.

துணிச்சலோடு செயல்படுவேன்.

பிறரது கருத்துக்களுக்கு மதிப்பளித்தாலும், அது சரியானது தானா என்பதைச் சுயமாகச் சிந்தித்து முடிவெடுப்பேன்.

இதுபோன்ற எண்ணங்களே நேர்மறை அணுகுமுறையாக அமைகிறது.

எதிர்மறை அணுகுமுறை என்றால் என்ன?

என்னால் இதனைச் செய்வது கடினமானது.

நான் ஒரு கோழை. துணிச்சல் இல்லாதவன்.

நண்பர்களைவிட எனக்கு அறிவும் ஆற்றலும் குறைவு.

நண்பன் என்னைத் தடுத்துவிட்டான்.

அதனைச் செய்வதற்கு என்னை அனுமதிக்க மாட்டார்கள்.

இதற்கு மேல் எதுவும் செய்ய முடியாது.

என் சக்தி முழுவதையும் பயன்படுத்தி விட்டதால் இனிமேல் தொடர்ந்து செய்வது முடியாத காரியம்.

இப்படிப்பட்ட எண்ணங்களை உங்கள் மனம் நினைத்தால் அதுவே எதிர்மறை அணுகுமுறை ஆகும்.

எதிர்மறை அணுகுமுறைகளை உங்கள் மனதில் இருந்து அகற்றியே ஆக வேண்டும். அப்போதுதான் நேர்மறை அணுகுமுறை உங்களை வந்தடையும். அப்படி வந்தால் மட்டுமே தேர்வு பயத்தை வெல்ல முடியும். தேர்வையும் வெல்ல முடியும்.

நேர்மறை அணுகுமுறையே உங்களைச் சுறுசுறுப்பாக மாற்றும். துடிப்புடன் செயல்படுவதற்கு அனுமதியளிக்கும்.

மன அழுத்தம்

தேர்வு நேரத்தில் மாணவர்கள் அதிகமான மன அழுத்தத்திற்கு ஆளாவதைப் பற்றி ஓர் ஆய்வு மேற்கொள்ளப்பட்டது. தேர்வு காலங்களில் மாணவர்களின் எச்சிலைச் சேகரித்து இந்த ஆய்வு நடத்தப்பட்டது. அப்போது மாணவர்களின் நோய் எதிர்ப்பு சக்தி மற்ற நேரங்களைவிட வெகுவாகக் குறைந்து போயிருந்தது தெரியவந்தது.

இதற்கு மன அழுத்தம்தான் முக்கியக் காரணம் என்கிறார்கள் ஆய்வாளர்கள். சுமார் 70 சதவீத மாணவர்கள் தேர்வுக்கு சில நாட்கள் முன்பிருந்தே மன அழுத்தத்திற்கு ஆளாவதாக அந்த ஆய்வு மூலம் கண்டறியப்பட்டுள்ளது.

தேர்வில் வெற்றி பெற்றே ஆக வேண்டிய கட்டாயம், பல்கலைக் கழகப் படிப்புக்குப் பிரவேசிக்க வேண்டிய நிலை, குடும்பத்தினரின் ஆவலான எதிர்பார்ப்பு, குடும்பச் சூழல், குடும்பத்தில் உள்ளவர்களின் அணுகுமுறை, தொழில் வாய்ப்புகள் என்ற பல்வேறு காரணங்களே மாணவர்களின் மன அழுத்தத்தை அதிகரிக்கச் செய்துள்ளது.

இதுபோன்ற மன அழுத்தம் காரணமாக மாணவர்களின் அணுகுமுறை எதிர்மறையாகத்தான் அமைகிறது. தேர்வுகளை எதிர்கொள்ளும் இந்தக் காலக்கட்டத்தில் இந்த மாணவர்களின் கவனம் பாடத்தைக் கற்றுக்கொள்ளும் மன நிலையில் இருந்து திரும்பி விடுகிறது என்பதே உண்மை.

இவர்களின் எதிர்மறை எண்ணத்தை மாற்றுவது அறிவியல், கணிதம் மற்றும் கணினி அறிவியல் ஆகிய பாடங்கள் மட்டுமே. இந்தப் பாடங்களைக் கற்பதில் மட்டும் அவர்களின் ஆர்வம் பன் மடங்கு அதிகரிக்கிறது.

இதற்கு என்ன காரணம்?

இந்தப் பாடங்களில் அதிக மதிப்பெண்கள் பெற்றால் மட்டுமே பொறியியல், மருத்துவப் படிப்பில் இவர்களால் சேர முடியும்.

ஒருவகையான சுயநலம் இதில் அடங்கி இருப்பது உண்மைதான் என்றாலும், ஒரு விஷயத்தை நாம் புரிந்து கொள்ள வேண்டும். எதிர்மறை அணுகுமுறைகளை நேர்மறை அணுகுமுறைகளாக மாற்றும் சக்தி மாணவர்களிடம் இருக்கிறது. ஆனால் அதற்கு அவர்கள் சுயநலன் சார்ந்த லாப நோக்கை கடைப்பிடித்தல் வேண்டும்.

பாடங்களில் மாணவர்கள் ஆர்வத்தை அதிகரித்துக் கொள்ள வேண்டும் என்றால் இதுபோன்று சுயநலம் சார்ந்த ஏதோ ஒன்று இருந்துதான் ஆக வேண்டும் என்பது நடக்க முடியாத விஷயம்.

அப்படியானால் அனைத்துப் பாடங்களிலும் ஆர்வத்தை ஏற்படுத்த அவர்கள் என்னதான் செய்ய வேண்டும்?

நியூட்டனின் மூன்று விதிகளை உதாரணத்திற்கு எடுத்துக் கொள்வோம். இதனைக் கற்றுத்தரும் முதல் நாளிலேயே மாணவர்கள் ஆவலுடன் கற்றுவிடுவார்கள் என்று எதிர்பார்க்க முடியுமா?

நிச்சயமாக முடியாது.

முதல் நாளில் இந்த விதிகள் அவர்களுக்குப் புரியவே புரியாது. ஆனால் மீண்டும் மீண்டும் தொடர்ந்து அந்த விதிகளைப் படித்தே ஆக வேண்டிய கட்டாயம் ஏற்படுகிறபோது கொஞ்சம் கொஞ்சமாக அதன்பால் அவர்களுக்கு ஈர்ப்பு உண்டாகிறது. அதுவே ஆர்வத்தை ஏற்படுத்துகிறது. அப்புறம் ஆழ்ந்த தூக்கத்தில்

எழுப்பிக் கேட்டாலும் நியூட்டனின் விதிகள் அனைத்தையும் கடகடவென்று ஒப்பு விப்பார்கள்.

ஆக நேர்மறை அணுகுமுறையை மாணவர்கள் பெறுவது சாத்தியமற்ற ஒன்று என்று நினைப்பது தவறு.

தனது திறமை மீது நேர்மறை அணுகுமுறை உள்ளவர்கள் எளிதாக விரக்தி அடைவதில்லை. தன்னம்பிக்கையுடன் காணப் படுவார்கள். எதிர்காலத்தைப் பற்றிய அச்சம் துளியும் இருக்காது. விடாமுயற்சி செய்து வெற்றிக் கனியைப் பறிப்பார்கள்.

நேர்மறை அணுகுமுறை கொண்டவர்கள் இவ்வாறாக இருப்ப தால் அவர்களால் மன அழுத்தத்தை எளிதாகப் போக்கிவிட முடிகிறது.

ஆனால் எதிர்மறை அணுகுமுறை படைத்தவர்கள் தங்களைப் பற்றிய மோசமான சுயமதிப்பீட்டைக் கொண்டிருப்பார்கள். எதிர்காலத்தைப் பற்றிய நம்பிக்கையே இல்லாதவர்களாக இருப்பார்கள். அச்சம் மிகுந்தவர்களாகவும், துணிச்சலை இழந்தவர்களாகவும் விளங்குவார்கள்.

அவர்களுக்குச் சாதகமான சூழ்நிலைகள் உருவாகும்போது கூட மனச்சோர்வை இழந்துவிட்ட காரணத்தால் அதனைப் பயன்படுத்தத் தவறிவிடுவார்கள்.

'நாம் எதை நினைக்கிறோமோ அதுவாகவே மாறி விடுகிறோம்' என்கின்றனர் உளவியல் ஆய்வாளர்கள்.

'இவ்வுலகில் பெரும்பாலான மக்களுக்கு என்ன கிடைக் கிறதோ அதுதான் நமக்கும்' என்று போதித்து பெற்றோர்கள் குழந்தைகளை வளர்க்க வேண்டும் என்கின்றனர் உளவியலாளர் கள்.

குழந்தைகளை ஒரு சமூக மனிதனாக வளர்ப்பதற்குரிய சரியான அணுகுமுறை. இதுதான்.

மாறாக "இந்த உலகில் நீ மட்டும்தான் முக்கியம், உன் மகிழ்ச்சிதான் எங்கள் மகிழ்ச்சி", என்று குழந்தைகளைச் சீராட்டிப் பாராட்டி செல்லம் கொடுத்து வளர்க்கும் பெற்றோர்கள்தான் அதிகமாகக் காணப்படுகிறார்கள்.

இப்படிச் செல்லம் கொடுத்து வளர்க்கப்படும் சிறுவர்கள் பொறுமை இல்லாதவர்களாகவும், கோபக்காரர்களாகவும், முரட்டு சுபாவம் உடையவர்களாகவும் வளர்கிறார்கள்.

இவர்களுக்கு எதிர்மறை அணுகுமுறையின் விளைவுகள் குறித்து எதுவுமே தெரிவதில்லை. யார் சொல்லையும் கேட்காமல் தான் தோன்றித்தனமாக வளர்கிறார்கள்.

இவர்கள் செய்யும் தவறுகள் பலவும், பாசம் காரணமாகப் பெற்றோர்களால் மன்னிக்கப்படுகின்றன.

நிகழ்காலத்தில் கண்டிக்கப்படாத தவறுகள், எதிர்காலத் தவறு களுக்கான ஊக்கச் சக்தியாக மாறிவிடுகின்றன என்பதே உண்மை.

வீட்டிலும், பள்ளியிலும் கட்டுப்பாடு இல்லாமல் வளரும் மாணவர்கள்தான், வன்முறை எண்ணம் கொண்டவர்களாக மாறுகின்றனர். பருவ மாறுபாடு காரணமாகப் பெற்றோருடன் மட்டுமல்லாமல் சமூகச் சூழலோடும் இவர்கள் முரண்படுகிறார்கள்.

இதனால் இவர்கள் தனிமைப்படுத்தப்படுகின்றனர். தனிமை அவர்களை வன்முறைக்குத் தூண்டிவிடுகிறது. மாணவர்களை விளையாட்டு மற்றும் உடல் உழைப்பில் ஈடுபடுத்துவதன் வாயிலாக இந்த முரண்பாட்டைத் தீர்க்க முடியும் என்கின்றனர் உளவியல் நிபுணர்கள்.

நேர்மறை அணுகுமுறை

சில மாணவர்கள் எப்போது பார்த்தாலும் படித்துக் கொண்டே இருப்பார்கள். தேர்வுகளில் நிறைய மதிப்பெண்களைப் பெற்று அனைவரின் பாராட்டுக்களைப் பெறுவார்கள். ஆனால் கேம்பஸ் நேர்முகத் தேர்வில் மட்டும் தேர்வாகவே மாட்டார்கள். நிறைய கம்பெனிகளுக்குச் செல்வார்கள். நேர்முகத் தேர்வில் தேர்வாகாமல் சோர்ந்து போய்த் திரும்பி வருவார்கள்.

ஆனால் எப்போதும் படிக்காமல் ஜாலியாக அரட்டை அடித்துக் கொண்டிருப்பார்கள் சில மாணவர்கள். தேர்வுகளிலும் அவ்வளவாக மதிப்பெண்களைப் பெறவும் மாட்டார்கள். ஆனால் கேம்பஸ் தேர்வில் வெற்றி பெற்று கை நிறைய சம்பளம் கிடைக்கும் நல்ல வேலையில் அமர்ந்து விடுவார்கள்.

ஏன் இப்படி நிகழ்கிறது?

இதற்குக் காரணம் கூச்ச சுபாவம் மட்டுமே.

மாணவர்களை இரண்டு வகையாகப் பிரிக்கலாம். ஒன்று, கூச்ச சுபாவம் உள்ள மாணவர்கள். மற்றொன்று, தயக்கமின்றி பழகும் திறன் பெற்ற மாணவர்கள்.

கூச்ச சுபாவம் உள்ள மாணவர்கள் தனிமை விரும்பிகளாகக் காணப்படுவார்கள். பிறரிடம் சகஜமாகப் பேசிப் பழகமாட்டார்கள். எப்போதும் எங்கோ ஓர் மூலையில் புத்தகமும் கையுமாக அமர்ந்து கொண்டு ஏதாவது படித்துக் கொண்டே இருப்பார்கள். யாரிடமாவது பேச வேண்டி வந்தாலும் இரண்டொரு வார்த்தை மட்டுமே பேசி விட்டு ஓடிப்போய் விடுவார்கள்.

வீட்டில் இருக்கும்போதும் கம்ப்யூட்டரில் ஏதாவது செய்து கொண்டிருப்பார்கள்.

தனி அறைக்குள் காதில் ஹெட்போனை மாட்டிக் கொண்டு கண்களை மூடிப் பாட்டை ரசித்துக் கேட்டுக் கொண்டிருப்பார் கள்.

மாணவிகள் இருக்கும் பக்கமாகத் திரும்பிப் பார்க்கக்கூட அஞ்சி நடுங்குவார்கள். தூரத்தில் இரண்டு மாணவிகள் மட்டும் நிற்பது தெரிந்தால், வேறு வழியில் சென்றுவிடுவார்கள்.

ஆனால் பாடம் சம்பந்தமாக எந்த கேள்விகளைக் கேட்டாலும், அதனைச் சுற்றி வளைத்துக் குழப்பிக் கேட்டாலும் பட், பட்டென்று பதில் சொல்வார்கள்.

செய்முறைத் தேர்வுகளிலும் பிய்த்து உதறுவார்கள். நிறைய மதிப்பெண்களைப் பெற்று ஆசிரியர்களிடம் நற்பெயரைப் பெறுவார்கள்.

ஆனால் கேம்பஸ் தேர்வில் மட்டும் கோட்டை விட்டு விடுவார்கள். எத்தனை முறை இத்தேர்வைச் சந்தித்தாலும் அவர்களால் வெற்றி பெறவே முடியாது.

நேர்முகத் தேர்வின்போது பதற்றமாகக் காணப்படுவார்கள். கேட்கப்படும் கேள்விக்குத் தவறான பதிலைக் கூறிவிட்டால் என்ன செய்வது என்ற பயம் காரணமாகத் தவறான பதிலையே சொல்வார்கள்.

ஆனால் தயக்கமில்லாமல் அனைவரிடமும் பழகும் தன்மை உடைய மாணவர்கள் படிப்பில் மட்டும்தான் சுமாராக இருப்பார் களே தவிர பிற விஷயங்களில் பிய்த்து உதறுவார்கள். அரசியல், சினிமா, திரைப்படம், நாட்டு நடப்பு, விளையாட்டு என்று அனைத்துத் துறைகளிலும் நல்ல அறிவைப் பெற்றவர்களாக இருப்பார்கள்.

புதிய புதிய செய்திகளைத் தெரிந்து கொள்வதில் ஆர்வம்

அதிகமுடையவர்களாக இருப்பார்கள். எந்தவொரு விஷயத்திலும் தயக்கமே இல்லாமல் முன்னால் வந்து நிற்பார்கள். துணிச்சல் உள்ளவர்களாக இருப்பார்கள்.

இவர்களிடம் பொது அறிவு கணிசமாகக் குவிந்து கிடக்கும். நடைமுறை வாழ்க்கை இவர்களுக்கு அத்துப்படியாக இருக்கும். வாழ்க்கைக்குத் தேவையான அனைத்து விவரங்களையும் தெரிந்து வைத்திருக்கும் இவர்கள், மற்றவர்களுக்கு அவ்வப்போது அதனைத் தெரியப்படுத்தி தங்களது சமூக விசுவாசத்தைக் காண்பிப்பார்கள்.

இதுபோன்ற திறமை காரணமாக எல்லோரிடமும் சகஜமாகவும், தயக்கமில்லாமலும் கலகலவென்று பேசுவதில் சமர்த்தர்களாக இருப்பார்கள்.

எனவே கேம்பஸ் நேர்முகத் தேர்விலும் விளாசித் தள்ளுவார்கள். கேட்கப்படும் கேள்விகளுக்கு பட், பட்டென்று பதில் சொல்லி அசத்துவார்கள்.

தயக்கம் மற்றும் கூச்ச சுபாவம் உள்ளவர்கள் அதிலிருந்து தங்களை விடுவித்துக் கொள்ள வேண்டும். தங்கள் அணுகுமுறையில் மாற்றத்தை ஏற்படுத்த முன்வந்தால் மட்டுமே கல்வியைத் தாண்டி பிறவற்றிலும் அவர்களால் இதேபோல ஜொலிக்க முடியும்.

சாதிக்க வேண்டியவற்றை உங்களின் மனக்கண் முன்னிறுத்திக் கொண்டு ஆழ் மனதில் பதிவு செய்து கொண்டால் நேர்மறை அணுகுமுறை தானாகவே உங்களை வந்தடையும்.

உங்களால் முடியாதது எதுவும் இல்லை என்பதை நீங்கள் மனப்பூர்வமாக நம்புங்கள்.

முடியாத ஒன்றை முடியும் என்பதாகத் தினமும் கற்பனை செய்து வந்தால் அது நிச்சயமாக நிறைவேறும். நீங்கள் செய்து முடிப்பீர்கள்.

'கனவு காணுங்கள்' என்று அப்துல் கலாம் கூறியதன் அர்த்தம் இதுதான் என்பதை நினைவில் நிறுத்துங்கள்.

எதிர்மறை சிந்தனைகள் இருக்கவே கூடாது. அது உங்கள் நினைவாற்றலைக் குழிதோண்டிப் புதைத்துவிடும்.

அதேவேளையில் நேர்மறை சிந்தனைகள் உங்கள் நினைவாற்றலை அதிகரிக்கும்.

எதிர்மறை அணுகுமுறை

அவநம்பிக்கை உள்ளவர்களின் நடவடிக்கை எதிர்மறை அணுகுமுறையை உடையதாக அமையும். அவநம்பிக்கை உடையவர்கள், தங்கள் குறிக்கோள் ஈடேறுவதற்கு என்னென்ன வாய்ப்புகள் இருக்கின்றன என்பதற்குப் பதிலாகப் படுகுழிகளையே எண்ணிக் கொண்டிருப்பார்கள்.

அடுத்து, தோல்வி பயம். எந்தவொரு காரியத்தைச் செய்ய வேண்டும் என்றாலும் அது தோல்வி அடைந்துவிடுமோ என்ற அச்சம் இவர்களுக்குள் எப்போதும் ஓடிக்கொண்டே இருக்கும். இந்தப் பயம் காரணமாக அவர்கள் எந்தக் குறிக்கோளையும் நிர்ணயிக்க மாட்டார்கள்.

நல்ல மதிப்பெண்களைப் பெற வேண்டும் என்ற ஆசை இல்லாததும், இச்சமூகத்தில் நிலவும் மதிப்பீட்டு முறையின் விளைவும் சேர்ந்து முன்னேற்றத்திற்கு முட்டுக்கட்டையாக இருந்துவிடும். உயரிய நோக்கம் இல்லாத காரணத்தால் அவர்களின் இலக்கு உதறித்தள்ளி விடுகிற மாதிரியாகிப் போகிறது. 'படிக்க வேண்டும் என்பதற்காகப் படிக்கிறோம்' என்ற விரக்தியான எண்ணம், உயரிய நோக்கத்தைப் பற்றிச் சிந்திக்கவிடாமல் தடுத்து, அவர்களை முன்னேற முடியாமல் செய்து விடுகிறது.

ஒரு செயலை நினைத்து அதனைச் செய்து முடிக்காமல் போனால் மற்றவர்கள் தங்களை நிராகரித்து விடலாம் என்ற பயம் இருப்பதால் நன்றாகப் படிக்க வேண்டும் என்ற குறிக்கோளை நிர்ணயம் செய்வதுகூட கிடையாது..

காலந்தாழ்த்துவதும் ஒருவகை எதிர்மறை அணுகுமுறை யாகும். ஒரு செயலை குறிப்பிட்ட நேரத்தில் செய்யாமல் காலம் தாழ்த்துவார்கள். தேர்வு வருகிறபோது படிக்கலாம் என்ற தள்ளிப் போடும் மனப்பான்மையே இதற்குக் காரணம். நல்ல மதிப்பெண்களைப் பெற வேண்டும் என்ற குறிக்கோள் எடுப்பதற்குக்கூட இவர்கள் காலந்தாழ்த்துவார்கள். இதுபோன்ற செயல்பாடு இருந்தால் நிச்சயமாக அது இவர்களுக்கு முன்னேற்றத்தைத் தராது.

தங்களைப் பற்றி தாழ்வான எண்ணத்தைக் கொண்டிருப்ப தும் எதிர்மறை அணுகுமுறையாகிறது. தேர்வில் அதிக மதிப்பெண்களைப் பெறும் தகுதியும், திறமையும் தனக்கு இல்லை என்று தங்களைப் பற்றியே ஒரு தாழ்வான சுயமதிப்பீட்டை

இவர்கள் வைத்திருப்பார்கள். இதனால் அவர்களால் எதையும் சாதிக்க முடியாமல் போய்விடுகிறது.

நன்றாகப் படித்து நிறைய மதிப்பெண்களைப் பெற்றால் மட்டுமே எதிர்காலத்தில் சிறந்து விளங்க முடியும் என்ற உண்மையை இத்தகையோர் எண்ணிப் பார்ப்பதில்லை. இதனால் அவர்கள் உயரிய குறிக்கோளை மேற்கொள்வதே கிடையாது. உயர்ந்த குறிக்கோள் எடுக்காமல் போனால் சாதிக்க வேண்டும் என்ற எண்ணம் எப்படி ஏற்படும்? எனவே பாடங்களைத் தெளிவாகக் கற்றுக் கொள்வதில்லை. தேர்வில் போதிய மதிப்பெண்களைப் பெறுவதும் இல்லை.

முக்கியமாக எப்படிப்பட்ட குறிக்கோளை எடுக்க வேண்டும் என்று தீர்மானிக்கும் அறிவாற்றலும் இருப்பதில்லை. புத்திசாலி மாணவர்கள், எதிர்காலத்தில் மருத்துவராக வேண்டும் என்ற உயரிய குறிக்கோளை நிர்ணயித்துக் கொள்வார்கள். அல்லது பொறியாளர் ஆக வேண்டும் என்று தீர்மானித்து அந்த இலக்கை நோக்கிப் பயணிப்பார்கள். ஆனால் இவ்வாறான குறிக்கோளை நிர்ணயிக்கும் அறிவைப் பெறாமல் இருந்தால் அவர்களால் எப்படி வேகமாகவும், சுறுசுறுப்பாகவும் செயல்பட முடியும்?

இதுபோன்ற எதிர்மறை அணுகுமுறைகளை முதலில் மாற்றிக் கொள்ள வேண்டும். தங்கள் உள்ளத்தில் இருந்து வேரோடு அவற்றைப் பிடுங்கி எறிய வேண்டும்.

ஒளிவீசும் அற்புதமான எதிர்காலம் காத்துக் கொண்டிருக்கிறது. அதற்கான வாய்ப்புதான் படிப்பு. ஒழுங்காகவும், தெளிவாகவும் படித்தால் வருங்காலம் உங்களுக்கு சிவப்புக் கம்பளம் விரிக்கும்.

இல்லையென்றால்?

எனவே எதிர்மறை அணுகுமுறைகளைக் களைந்துவிட்டு நேர்மறை அணுகுமுறைகளைக் கடைப்பிடியுங்கள்.

அப்போதுதான் உங்களாலும் இச்சமூகத்தில் உயர்ந்து நிற்க முடியும்.

3 திட்டமிடல்

தேர்வுக்குச் செல்லும் முன்பு திட்டமிடல் என்பது மிகவும் முக்கியம்..

எந்தவொரு செயலும் சரியாகத் திட்டமிடாமல் செய்யப்பட்டால் நிச்சயமாக அது வெற்றியைப் பெற்றுத் தராது. நிறைய குழப்பங்களும், தேவையற்ற சஞ்சலங்களும், பயமும் சூழ்ந்து கொள்ளும்.

எனவே தேர்வுக்கு முன்பாக என்ன பாடங்களை எப்போது எப்படிப் படிக்க வேண்டும் என்பதைத் திட்டமிட்டுக் கொள்வது மிக முக்கியம்.

ஆறு மணிக்கு இன்ன பாடம் படிக்க வேண்டும் என்றும், ஏழு மணிக்கு வேறொரு பாடம் படிக்க வேண்டும் என்றும் அட்டவணையைத் தயார் செய்து கொள்ளுங்கள்.

ஆக ஒரு மணி நேரத்திற்குள் ஒரு பாடத்தைப் படித்து முடிக்க வேண்டும் என்ற எண்ணம் ஏற்படும். கடின உழைப்பு இதற்கு சற்று அதிகம் தேவைப்படும். என்றாலும் குறுகிய காலத்திற்குள் உங்களை உங்களால் முழுமை அடையச் செய்துவிட முடியும்.

எனவே எந்தவொரு இடைஞ்சல் வந்தாலும் டென்ஷன் ஆகாமல் நிதானமாகச் சிந்திக்கப் பழகிக் கொண்டால் உங்களால் வெற்றியை எளிதாக அடைந்துவிட முடியும்.

அதேபோல நீங்கள் எங்கே படிக்கிறீர்கள் என்பதும் கவனிக்க வேண்டிய ஒன்று. அந்த இடம் சுத்தமாகவும், அமைதியாகவும் இருக்க வேண்டும். குறிப்பாக தொலைக்காட்சி பெட்டி இருக்கக் கூடாது. அதன் சப்தம் கூட உங்களுக்குக் கேட்கக்கூடாது.

சமையலறை மற்றும் சாப்பாட்டு அறை அருகே இருப்பதும் கூடாது. விருந்தினர்கள் வந்து செல்லும் இடமாக இருக்கக்கூடாது. நடமாட்டம் மிகுந்த அறைப்பக்கமாகவும் படிக்கும் அறை இருத்தல் கூடாது.

இப்படிப்பட்ட ஒரு இடத்தைத்தான் நீங்கள் தேர்வு செய்து படிக்க வேண்டும். அப்போதுதான் மனதை ஒருநிலைப்படுத்தி, பாடங்களைப் படிக்க முடியும்.

நாற்காலி, மேஜையுடன் அமர்ந்து படிப்பது நல்லது. நாற்காலியில் முதுகு நேராக நிமிர்ந்த மாதிரி இருக்க வேண்டும். இரு கால்களும் தரையில் நன்றாகப் பதிந்திருக்க வேண்டும்.

ஜன்னல்களைத் திறந்து வைக்க வேண்டும். நல்ல காற்றை சுவாசிப்பது அவசியம். வெளிச்சம் போதவில்லை என்றால் மின்விளக்கை எரிய விடுங்கள். பகல் நேரத்தில் எரிப்பது சரியல்ல என்றெல்லாம் யோசிக்க வேண்டாம்.

அதிகமான வெப்பம் இல்லாதது போலவும், அதிகமான குளிர் தாக்காத வகையிலும் அறை அமைந்திருப்பது சாலச் சிறந்தது. வளர்ப்புப் பிராணிகள் ஏதாவது இருந்தால் அறைப்பக்கம் அவை வராதவாறு பார்த்துக் கொள்ளுங்கள். இல்லையென்றால் உங்கள் கவனம் சிதறும். படிப்பு தடைப்படும்.

செல்பேசியை எக்காரணம் கொண்டும் உங்கள் அறைப்பக்கம் கொண்டு செல்லாதீர்கள். இல்லையென்றால் அதில் ஏதாவது செய்து கொண்டிருப்பீர்கள். அதுவும் உங்கள் ஆழ்ந்த படிப்புக்குத் தடையாக அமைந்துவிடும். எனவே செல்பேசியை உங்கள் பெற்றோரிடமோ, அல்லது உடன்பிறப்புகளிடமோ கொடுத்து

விடுங்கள். ஏதாவது மிக முக்கியமான அழைப்பு என்றால் மட்டும் அவர்கள் உங்களைத் தொல்லைபடுத்துவார்கள்.

படிக்க அமரும் முன் நோட்டு, பேனா, பென்சில், ரப்பர், பேப்பர், சம்பந்தப்பட்ட புத்தகங்கள், அகராதி, குறிப்பேடு என்று சகலத்தையும் மேஜையில் தயாராக வைத்துக் கொள்ளுங்கள்.

இவ்வாறு படிக்கும் இடத்தை முறையான அளவில் அமைத்துக் கொண்டபிறகு நிம்மதியாக அமர்ந்து படிக்க ஆரம்பியுங்கள்.

உங்கள் அட்டவணைப்படி படித்து முடிப்பதில் கவனமாக இருங்கள். அப்படியே படித்து முடித்ததும் அதனை 'டிக்' மார்க் செய்து கொள்ளுங்கள். அப்போதுதான் உங்கள் திட்டப்படி நீங்கள் படித்திருக்கிறீர்கள் என்பது தெளிவாகத் தெரியும்.

அன்றைய அட்டவணைப்படி படித்து முடித்ததும் மறுதினம் பள்ளிக்கு எடுத்துச் செல்ல வேண்டிய புத்தகங்களை எடுத்து வைக்க வேண்டும். நிம்மதியாக தூங்கி ஓய்வெடுக்கவும் வேண்டும்.

இப்படிச் செய்து வந்தால் தேர்வு பயம் என்பதே இருக்காது. என்றாலும் இதிலொரு சிக்கல் உள்ளது.

தேர்வு நேரம் நெருங்கிவிட்ட காரணத்தால் அதிக நேரம் தொடர்ந்து படிக்க வேண்டிய நிலைக்குத் தள்ளப்பட்டிருப்பீர்கள். அப்படித் தொடர்ந்து படித்தால் உடலும், உள்ளமும், மூளையும் சோர்வடைய நேரிடும். இதனால் கஷ்டப்பட்டு படித்தும் அதனால் பயன் ஏற்படாமல் போய்விடும்.

தொடர்ந்து ஐம்பது நிமிடங்கள் படியுங்கள். அப்புறம் பத்து நிமிடங்கள் ஓய்வு எடுத்துக் கொள்ள வேண்டும். பின்னர் இதே போல தொடர்ந்து ஐம்பது நிமிடங்கள் படிப்பு, பத்து நிமிடங்கள் ஓய்வு என்று தொடர்ந்தால் மூளையைச் சோர்வடைவதில் இருந்து பாதுகாக்கலாம்.

பத்து நிமிடம் ஓய்வு என்னும்போது கண்களை நன்றாக மூடி ஒரு தியான நிலையில் இருக்கலாம்.

வெளியே காலாற நடந்து சென்றுவிட்டு வரலாம்.

தொலைக்காட்சிப் பெட்டியில் விருப்பப்பட்ட நிகழ்ச்சி எதை யாவது பார்த்து ரசிக்கலாம்.

சின்னதாக உடற்பயிற்சி எதையாவது செய்யலாம்

உங்களுக்குப் பிடித்த பாடலைக் கேட்டு ரசிக்கலாம்.

யாராவது நண்பரோடு செல்பேசியில் தொடர்பு கொண்டு பேசலாம்.

இவ்வாறு படிப்பிற்குச் சம்பந்தமில்லாத, அதேவேளையில் உங்களுக்கு. விருப்பப்பட்ட ஏதாவது ஒன்றைச் செய்தால் மனதின் இறுக்கம் தளரும். மூளை சுறுசுறுப்பைப் பெறும். அதன்பின்னர் படிக்கும்போது உங்கள் உள்ளம் அதனை எளிதாகக் கிரகித்து விடும்.

உங்களை சுயபரிசோதனை செய்வதும் இன்றியமையாததாகும். அதாவது தினமும் இரவு படுக்கைக்குச் செல்லுமுன், அன்றைய அட்டவணைப்படி பாடங்களைப் படித்தீர்களா என்பதை சுயபரிசோதனை செய்ய வேண்டும்.

தினமும் இதைத் தவறாமல் செய்துவர வேண்டும். அப்படிச் செய்கிறபோது எவ்வளவு படித்திருக்கிறோம், இன்னும் எவ்வளவு படிக்க வேண்டும் என்பதைப் பற்றிய தெளிவான ஒரு அறிவை நாம் பெற முடிகிறது.

தேர்வுக்கு ஒரு வாரத்திற்கு முன்பாகவே புதிதாக எதையும் படிக்கக் கூடாது. அதற்குள் அனைத்துப் பாடங்களையும் படித்து முடித்துவிட வேண்டும்.

அட்டவணை தயாரிக்கும்போது இதை மனதில் வைத்து தயாரிப்பது முக்கியம்.

தேர்வுக்கு ஒரு வாரம் முன்பிருந்து இதுவரை படித்த அனைத்தையும் மறுபடியும் நீங்கள் படிக்க வேண்டும். இது உங்களுக்கு மிகவும் பயனுள்ளதாக இருக்கும்.

ஒன்றை மட்டும் நீங்கள் எப்போதும் மறக்கவே கூடாது. அதாவது படிக்கும்போது இதனைச் சரியான முறையில் நம்மால் படிக்க முடியுமா என்றோ, அதனைப் படித்து நன்றாகத் தேர்வை எழுத முடியுமா என்றோ எள்முனையளவு சந்தேகம் கூட வரக்கூடாது.

நம்பிக்கை முக்கியம்.

அதிக மதிப்பெண்களைப் பெறுவோம் என்ற திடமான நம்பிக்கையை முதலில் வளர்த்துக் கொள்ள வேண்டும். ஆனால் அப்படிப் பட்ட நம்பிக்கை ஏற்படாமல் தடையாக இருப்பது என்ன தெரியுமா?

உங்களைப் பற்றி உங்களிடம் இருக்கும் தாழ்வு மனப்பான்மை தான். எந்தவொரு செயலைச் செய்வதற்கு முன்பாகவும் அதனைத் தன்னால் செய்யவே முடியாது என்று நினைப்பது பலரின் குணமாக இருக்கிறது. இதுதான் உங்களுக்கு நம்பிக்கை வராமல் தடுக்கும் அழிவு சக்தியாக இருக்கிறது.

ஒன்றை மட்டும் புரிந்து கொள்ளுங்கள், உங்களால் முடியாதது என்று எதுவுமே கிடையாது. அதற்கு ஆர்வமும், கடின உழைப்பும், நம்பிக்கையும் மட்டும் இருந்தால் போதும்.

எவ்வளவு கடினமான பாடமாக உங்களுக்குத் தோன்றி னாலும் அதனைப் படித்து முடித்துவிட வேண்டும் என்ற உறுதியை நீங்கள் உருவாக்கிக் கொள்ள வேண்டும். கண்டிப்பாகப் படிக்க முடியும் என்ற நம்பிக்கையை மனதில் நிலைநிறுத்திக் கொள்ள வேண்டும்.

எனவே நம்பிக்கையை நீங்கள் வளர்த்துக்கொள்ள வேண்டும். அப்போதுதான் எவ்வளவு கடினமான பாடமாக இருந்தாலும் உங்களால் படித்து முடிக்க முடியும்.

கணிதப் பாடத்தைப் பொறுத்தமட்டில் அதை மற்ற பாடங் களைப் போல மனப்பாடம் செய்வது பலனளிக்காது. அதைப்

புரிந்து படித்தால் மட்டுமே முடியும். ஆனால் சமன்பாடுகள், சூத்திரங்கள் அனைத்தையும் மனப்பாடம் செய்துதான் ஆக வேண்டும். அதற்காக இவற்றைத் தனியாகத் தாள் ஒன்றில் எழுதி வைத்துக் கொண்டு மனப்பாடம் செய்ய வேண்டும். சந்தேகம் வருகிற போதெல்லாம் சரியாக இருக்கிறதா என்பதை ஒப்பிட்டுப் பார்ப்பதற்கு இக்குறிப்பு உதவும்.

தமிழ், ஆங்கிலம் போன்ற மொழிப் பாடங்களைப் படிக்கிற போது அதிலுள்ள மனப்பாடப் பகுதிகளைத் திரும்பத் திரும்ப எழுதிப் பார்க்க வேண்டும். அப்போதுதான் எழுத்துப் பிழைகள் குறையும். எழுதுகின்ற வேகமும் அதிகரிக்கும். மனதிலும் பதியும்.

செய்யுளையும் நன்றாக மனப்பாடம் செய்வதோடு அடிக்கடி எழுதிப் பார்த்தல் மிக முக்கியம். அதேநேரத்தில் செய்யுளை ஆசிரியர் விளக்கி நடத்துகிறபோது குறிப்புகள் எடுத்து வைத்துக் கொள்ள வேண்டும். இது மிகவும் உதவியாக இருக்கும்.

கட்டுரை, கடிதம், துணைப்பாடம் ஆகியவற்றுக்கும் தகுந்த முக்கியத்துவம் அளிக்க வேண்டும். சிலர் இதைப் படிப்பதில் போதிய அக்கறை காண்பிப்பதில்லை. சாதாரணமாக நினைத்துவிடுவார்கள். ஆனால் அது தவறு. இவற்றையும் நன்கு படிக்க வேண்டும்.

குறிப்பாக கடிதம், இலக்கணம் ஆகியவற்றை எப்போதும் விரல் நுனியில் வைத்துக் கொள்ள வேண்டும். எப்போது கேட்டாலும் விடையை மளமளவென்று சொல்கிற மாதிரி தயார் செய்திருக்க வேண்டும்.

அறிவியல் பாடப் புத்தகத்தின் ஒவ்வொரு பாடத்திற்கும் பின்னால் உள்ள ஒரு மதிப்பெண் வினாக்களை நன்றாகப் படிக்க வேண்டும். இது தேர்வின்போது மிகவும் கை கொடுக்கும். படம் உள்ள கேள்விகளை விட்டுவிடுவதும் தவறு.

சமூகவியல் பாடத்தில் வரைபடத்தின் பாகங்களைத் தெளிவாகக் குறிக்க வேண்டும். அதேபோல ஒவ்வொரு பாடத்தின் பின்பக்கம் உள்ள ஒரு மதிப்பெண் வினாக்களையும் நன்றாகப் படித்து வைத்துக் கொள்ள வேண்டும்.

நிச்சயமாக இதுதான் உங்களின் படித்தலுக்கான பயனைத் தரும்.

மாதிரித் தேர்வுக்குப் படிக்கும்போதே அதை பொதுத் தேர்வுக்குப் படிப்பதாக நினைத்துக் கொண்டு படிக்க வேண்டும்.

மாதிரித் தேர்வை எழுதுகிறபோது பொதுத்தேர்வுக்கு எழுதுவதாக நினைத்துக் கொண்டு எழுத வேண்டும்.

கேள்வித் தாளை வாங்கியதும் முதலில் கேட்கப்பட்டிருக்கும் கேள்வி உங்களுக்குத் தெரியாததாக இருக்கலாம். அதைப் பார்த்து கலங்கிவிடக் கூடாது. 'என்னடா இது, தெரியாத கேள்வியாகக் கேட்கப்பட்டிருக்கிறதே!' என்று பேதலிக்கக்கூடாது. கேள்வித்தாள் முழுவதுமே இப்படித் தெரியாததாகவே இருக்கும் என்ற தவறான முடிவுக்கு வந்துவிடக்கூடாது.

'முதல் கேள்விதான் இப்படி இருக்கிறது. மற்ற கேள்விகள் நிச்சயமாக அப்படி இருக்காது' என்ற மனநிலையை வரவழைத்துக் கொள்ள வேண்டும். பதற்றப்படாமல் அடுத்தடுத்த கேள்விகள் என்னவென்று பார்க்க வேண்டும்.

நிச்சயமாக உங்களுக்கு நன்றாகத் தெரிந்த கேள்விகளும் இடம் பெற்றிருக்கும். இவ்வாறு நன்றாக விடை தெரிந்த கேள்விகளுக்குப் பதில்களை முதலில் எழுதுங்கள். பின்னர் அரைகுறையாகத் தெரிந்த கேள்விகளுக்கான விடைகளை எழுதுங்கள்.

மாதிரித் தேர்வு வினாத் தாளில் உங்களுக்குத் தெரியாத கேள்விகள் என்னவென்று குறிப்பெடுத்துக் கொள்ளுங்கள். பின்னர் இவற்றுக்கான பதில்களை நன்றாகப் படிக்க வேண்டும். பொதுத் தேர்வில் இது உங்களுக்கு மிகவும் உதவியாக இருக்கும்.

அதேபோலவே அரைகுறையாகத் தெரிந்த கேள்விகள், தவறாகப் பதில் எழுதியது போன்றவற்றையும் கண்டுபிடித்து அவற்றையும் நன்றாகப் படித்தால் போதுமானது.

மனம் தெளிவாகவும், சுறுசுறுப்பாகவும் இருக்கும்போது கடினமான பாடங்களைப் படிக்கவும். சோர்வாக இருந்தால் புதிய பாடங்களைப் படிக்காமல் படித்ததை மீண்டுமொருமுறை படித்தால் போதும்.

குறிப்பிட்ட பாடத்தைப் படிப்பதிலேயே பெரும்பாலான நேரத்தைச் செலவழிக்க அனுமதிக்காதீர்கள். படிக்க முடியாத அளவிற்கு மிகக் கடினமாக இருந்தால் வேறு பாடத்தைப் படிக்கத் தொடங்கிவிடுங்கள். எப்படி இருந்தாலும் கவனம் சிதறாமல் படிப்பது நல்லது.

பொதுத் தேர்வு நடைபெறுகிறபோது அறைக்குச் செல்வதற்கு முன்பாக நண்பர்கள் சிலர் ஏதேதோ சொல்லிக் குழப்புவார்கள். நீங்கள் படிக்காத ஒரு கேள்வி கேட்கப்பட இருப்பதாகக்

கூறுவார்கள். இதைக் கேட்டு அவசரஅவசரமாக அந்தக் கேள்விக்கான விடையைப் பதற்றத்துடன் படிப்போர்கள் அதிகம்.

ஆனால் இது தவறானது.

முதலில் வினாத் தாளில் வருகிற கேள்வி நிச்சயமாக எவருக்கும் தெரிந்திருக்க வாய்ப்பே இல்லை. அப்புறம் எப்படி அவர்கள் குறிப்பிட்ட கேள்வி இடம்பெற்றிருப்பதாகக் கூறமுடியும்?

சிந்தித்துப் பார்க்க வேண்டும்.

எனவே வீண் வதந்திகளுக்கு முக்கியத்துவம் கொடுத்து உங்கள் பதற்றத்தை அதிகரித்துக் கொள்ளாதீர்கள். உங்களைக் குழப்பத்திற்குள் அமிழ்த்திவிடக் கூடாது.

இவ்வாறு செய்வதால் நன்றாகத் தயார் செய்தவை அனைத்தும் மறந்து போவதற்கும் வாய்ப்புண்டு என்பதால் கவனமாக இருக்க வேண்டும்.

தேர்வு அறைக்குச் செல்வதற்கு ஒரு மணி நேரம் முன்பிலிருந்து தனிமையில் இருப்பது நல்லது. படித்தவற்றை மட்டும் மனதில் அசை போட்டுக் கொண்டிருந்தால் போதுமானது. புதிதாக எதையும் படிப்பது என்பது கூடவே கூடாது.

தேவையற்ற பேச்சு, சுய சந்தேகம் போன்றவற்றை அறவே தவிர்த்துவிடுதல் நல்லது.

தனிமையில் அமர்ந்தபடி கண்களை மூடி மூச்சை நன்றாக உள்ளிழுத்து மெதுவாக வெளியே விடவேண்டும். இது உங்களுக்குப் புத்துணர்ச்சியை அளிக்கும். நினைவாற்றலையும் அதிகரிக்கும்.

தேர்வுக்குச் செல்வதற்கு முன்பாக பேனா, பென்சில், ரப்பர், ஸ்கேல் போன்றவற்றைத் தேடி அலைகிற மாதிரி இருக்கக்கூடாது. அதற்கு முன்பே அவற்றை எடுத்து வைத்திருக்க வேண்டும்.

பொதுத் தேர்வு என்பதால் புதிய பேனாவை வாங்கிச் செல்லும் பழக்கம் நிறைய பேரிடம் உள்ளது. ஆனால் பேனா பழக்கமற்ற புதியது என்பதால் அது சில சமயங்களில் மக்கர் செய்வதற்கும் வாய்ப்புண்டு. அப்படி நடந்தால் பதற்றமில்லாமல் தேர்வு எழுதுவது என்பது இயலாது போய்விடும் ஆபத்தும் உண்டு.

எனவே மாதிரித் தேர்வின்போது பயன்படுத்திய, நன்றாகப் பழகிய பேனாவையே பொதுத் தேர்வுக்கும் பயன்படுத்துவதுதான்

சிறந்தது. ஒரு பேனா என்றில்லாமல் மற்றொன்றையும் கொண்டு செல்லுங்கள். ஒன்று பிரச்சனை செய்தாலும் மற்றொன்று உங்களுக்கு உதவும்.

தெரியாத கேள்விக்கான விடையை எக்காரணம் கொண்டும் முதலில் எழுத் முயற்சிக்க வேண்டாம். அது உங்கள் நேரத்தை வீணடித்து விடும்.

அதேபோல அரை குறையாகத் தெரிந்த கேள்விக்கும் அவசரப் பட்டுப் பதில் எழுத வேண்டாம். முதலில் நன்றாகத் தெரிந்த கேள்விக்கான பதிலை மளமளவென்று எழுதி முடித்த பிறகே, இது போன்ற விஷப்பரீட்சையில் இறங்க வேண்டும்.

சிலர் சரியான பதிலை எழுதுவார்கள். ஆனால் நான்கு என்ற கேள்வி எண்ணை எழுதுவதற்குப் பதிலாக ஐந்து என்று எழுதி விடுவார்கள்.

அவசரம் காரணமாக இதுபோன்ற தவறுகள் நடந்துவிடும். இத்தவறினால் அக்கேள்விக்கான மதிப்பெண் கிடைக்காமல் போய் விடக்கூடும். எனவே தேர்வு எழுதி முடித்த பிறகு ஒருமுறை கேள்வி எண்களைச் சரியாக எழுதி இருக்கிறீர்களா என்பதைச் சரி பார்த்துவிட வேண்டும்.

4 தேர்வில் கவனம்

மனிதர்களை அணுஅணுவாகக் கொல்வது பயம் மட்டுமே. அச்சத்தை எவனொருவன் துணிச்சலோடு எதிர்த்து நிற்கிறானோ அவன் மகத்தான வெற்றியைப் பெற்றுவிடுகிறான்.

தேர்வு பயம் என்பது மாணவ மணிகளை துன்பத்தின் உச்சிக்கே கொண்டு செல்கிறது. அவர்களை இந்த அளவிற்குப் பயம் மற்றும் துன்பம் ஆட்கொள்வதற்குக் காரணமாக இருப்பவர்கள் ஆசிரியர்களும், பெற்றோர்களும் தான்.

தங்கள் குழந்தைகள் அதிக மதிப்பெண் களைப் பெற்றுத் தேர்வாக வேண்டும் என்ற ஒரு பிரம்மாண்டமான எதிர்பார்ப்பு காரணமாகவே அவர்கள் தேர்வைப் பற்றிய மிகப் பெரிய அச்சத்தை மாணவர்களிடம் தோற்றுவிக்கிறார்கள்.

சதா படித்துக் கொண்டே இருப்பதால் சற்று ரிலாக்ஸாக இருக்கட்டுமே என்று கடைக் கண்ணிக்குச் செல்லும்போது அவனது ஆசிரியர் பார்த்துவிட்டால் வந்ததே ஆபத்து. ‘பரீட்சைக்குப் படிக்காமல் இப்படி ஊர் சுற்றிக் கொண்டிருந்தால் எங்கே பாஸாகப் போகிறே?’ என்ற வசவை அள்ளி வீசுவார்.

எக்கச்சக்கமான மக்கள் நடமாட்டம் மிகுந்த இடம் என்றும் பார்க்காமல் இப்படித் திட்டினால் அந்த மாணவனை அவமானம் பிடுங்கித் தின்றுவிடும். அதுவே அவன் மனதில் வெறுப்பை வளர்த்து விடக்கூடும். தேர்வைப் பற்றிய அச்சத்தை அதிகரித்து விடும்.

அதேபோலத்தான் பெற்றோர்களும். அக்கம்பக்கத்தில் உள்ளவர்களுக்குக் கேட்குமே என்ற யோசனை இல்லாமல், வந்திருக்கும் விருந்தினர்கள் தவறாக நினைப்பார்களே என்ற எண்ணம் இல்லாமல் தங்கள் குழந்தைகளை, ஒழுங்காகப் படிக்காமல் ஊர் சுற்றுவதாகத் திட்டுவார்கள்.

இதுபோன்ற காரணங்களால் அழுத்தம் அதிகரித்து அதுவே அச்சத்தைத் தோற்றுவிக்கிறது. தேர்வு என்றாலே உச்சி முதல் உள்ளங் கால்கள் வரையிலும் நடுங்குகிறது.

தேர்வுக் காலங்களில் மாணவர்களைச் சோதனைக்கு உள்ளாக்கும் மற்றொரு குறைபாடு என்ன தெரியுமா? ‘விளையாடப் போகாதே’ என்றும், ‘டி.வி. பார்க்காதே’ என்றும் நச்சரிப்பது.

மற்ற நேரங்களில் எவ்வளவு நேரம் விளையாடினாலும் கண்டு கொள்வதே கிடையாது. டி..வி.யைப் பார்த்துக் கொண்டே இருந்தாலும் கவலைப்படுவது கிடையாது. ஆனால் தேர்வு நேரத்தில் மட்டும் கட்டுப்பாடுகளைக் கடுமையாக்குவது.

இது தவறு. குறிப்பாகப் பெற்றோர்கள் இந்தத் தவறை உணர வேண்டும். பொழுதுபோக்கு விஷயங்களை தங்கள் குழந்தைகள் எப்போதும் ஒரே சீராக வைத்துக் கொள்ளக் கற்றுத்தர வேண்டும்.

அத்துடன் குழந்தைகளைத் தனி அறைக்குள் அமர்ந்து படிக்கச் செய்துவிட்டு பெரியவர்கள் டி.வி. பார்ப்பது என்பதும் தவறான செயல் ஆகும். வேறு அறைக்குள் இருந்தாலும் அந்தக் குழந்தைகளின் நினைப்பு முழுவதும் டி.வி.யில் ஓடும் நிகழ்ச்சியைப் பற்றியதாகவே இருக்கும். என்ன படித்தாலும் அது மண்டையில் ஏறவே ஏறாது.

எனவே குழந்தைகள் படிக்கும்போது பெற்றோர்களும்

பொழுது போக்கு அம்சங்களைத் துறந்துவிட்டு அவரவர் வேலை களில் மட்டும் கவனம் செலுத்தி வரவேண்டும்.

'கவனமாப் படி. இந்த எக்ஸாம்தான் உன் எதிர்கால வாழ்க்கையைத் தீர்மானிக்கும். இதில் மார்க் குறைஞ்சா உன் வாழ்க்கையே நாசமாகிடும். புரிஞ்சுக்கோ' என்று குழந்தைகளை மிரட்டுவதும் கூடாது. இது அவர்களின் மனநிலையை வெகுவாகப் பாதித்துவிடும். விபரீதமான முடிவை எடுப்பதற்கும் தூண்டுகோலாக அமைந்துவிடும்.

அதேநேரத்தில் மதிப்பெண் அதிகமாக எடுப்பதற்கான காரணத்தைப் பக்குவமாக அவர்களிடம் சொல்ல வேண்டும். அதிக மதிப்பெண் எடுத்தால் விரும்பும் பாடத்தை எடுத்துப் படிக்க முடியும் என்று சொல்ல வேண்டும். முதலிடத்தை வகிக்கும் கல்லூரியில் எளிதாக இடம் கிடைக்கும் என்று சொல்லி அவர்களின் ஆர்வத்தைத் தூண்ட வேண்டும்.

இதேபோலத்தான் மாணவர்களின் ஆர்வத்தைத் தூண்டுகிற விதமாகவே படிப்பின் ஒவ்வொரு அங்கமும் இருக்க வேண்டும். பாடங்களைக்கூட அவர்களின் விருப்பத்தை அதிகப்படுத்துகிற மாதிரியாகச் சொல்லிக் கொடுக்க வேண்டும்.

மகிழ்ச்சியுடன் படித்தால்தான் பாடங்கள் அவர்களின் மனதில் நன்றாகப் பதியும். அப்போதுதான் எதிர்பார்ப்புகளை அவர்களால் ஈடேறச் செய்ய முடியும், தேர்வில் அதிக மதிப்பெண்களைப் பெற முடியும்.

பாடங்களை மிரட்டிப் படிக்க வைப்பது தவறானது. அதற்குப் பதிலாக பாடங்களை உலக நடப்புகள் மற்றும் குட்டிக் கதைகள் மூலம் விளக்கிச் சொன்னால் விருப்பத்துடன் அவர்கள் படிப்பார்கள். மனதிலும் ஆழமாகப் பதியும்.

சில குழந்தைகள் இரவில் கண்விழித்துப் படிப்பதை விரும்பும். வேறு சில குழந்தைகளோ இரவு ஒன்பது மணி ஆகும்போதே படுத்துத் தூங்க நினைக்கும். அவர்களின் கண்கள் தூக்கத்தில் செருகத் தொடங்கும்.

இவ்வாறு இரவில் கண்விழிக்க முடியாத குழந்தைகளை ஆர்வம் காரணமாக, கண்விழித்துப் படிக்கும்படி கட்டாயப் படுத்துதல் கூடாது. அதனால் எந்தப் பயனும் இராது. பகல் வேளைகளில் அவர்கள் நன்றாகப் படிக்குமாறு பார்த்துக் கொண்டாலே போதும். பலன் கிடைத்துவிடும்.

எனவே எதுவும் பயத்தை உருவாக்குகிற விதத்தில் இருப்பது எதிர்மறை விளைவை ஏற்படுத்திவிடும். பயன் நிச்சயமாக பூஜ்யமாகத் தான் இருக்கும். அதேநேரத்தில் எந்தவொரு செயலும் ஆர்வத்தைத் தூண்டும் விதமாக இருக்குமாயின் எதிர்பார்த்ததைவிடவும் கூடுதல் பலன் கிடைக்கும்.

பொதுவாக அதிக மதிப்பெண்கள் பெற்று தேர்ச்சி பெறுவது ஒரு மாணாக்கனின் உயர்ந்த நிலை என்று பெரியவர்களும், பெற்றோர்களும், ஆசிரியப் பெருமக்களும் மாணவர்களுக்கு அறிவுறுத்துகின்றனர். எனவே அதிக மதிப்பெண்களைப் பெறுவதே உயர்நிலை என்று பிஞ்சுக் குழந்தைகளின் நெஞ்சு முழுவதும் அழுத்தமாகப் பதிந்து விடுகிறது.

குறைந்த மதிப்பெண்களைப் பெற்று தேர்வில் தேர்ச்சி அடைய முடியாமல் போனால் அது தாழ்ந்த நிலையாகப் பேசப்படுகிறது. என்றுமே உயர்நிலையை அடைவதுதான் மனிதனின் இயல்பு. குழந்தைப் பருவம் முதலே இந்த எண்ணம்தான் மேலோங்கி நிற்கிறது.

எனவே குழந்தைகள் தாழ்நிலையை என்றுமே விரும்புவதில்லை. அவர்கள் உயர்வைத்தான் விரும்புவதால் அதிக மதிப்பெண்களைப் பெற வேண்டும் என்பதில் அதிக ஆர்வம் உடையவர்களாகக் காணப்படுகிறார்கள். இல்லையென்றால் அவர்களின் சுயகௌரவம் பாதிக்கப்படும் என்கிற அச்சம்

ஏற்படுவதால், தேர்வைப் பற்றிய அச்சம் தானாகவே அவர்களுக்குள் எழுகிறது.

ஒருவேளை எதிர்பார்த்த மதிப்பெண்களைப் பெறமுடியாமல் போய், தேர்வில் வெற்றியை ஈட்ட முடியவில்லை என்றால் அவர்கள் மனம் விபரீதமாக சிந்திக்கத் தொடங்கிவிடுகிறது.

இதுதான் தற்கொலை போன்ற தவறான முடிவுகள் எடுக்கும் விதமாக அவர்களைத் தூண்டிவிடுகிறது.

பெற்றோர்களும், ஆசிரியர்களும் குழந்தைகள் அதிக மதிப்பெண்களைப் பெற்றால்தான் அது பெருமைக்குரிய விஷயம் என்றும், இல்லையென்றால் அது குறைவான விஷயம் என்றும் நினைக்கிறார்கள். இந்த நினைப்புத்தான் குழந்தைகள் மீதான அழுத்தத்தைத் தருவதற்கு முக்கியக் காரணமாக அமைந்து விடுகிறது.

தோல்வி அடைந்த மாணவர்களை இவர்கள் உதாசீனப் படுத்துகிறார்கள். அவர்களைத் தரக்குறைவாகத் திட்டுகிறார்கள். அவர்களுக்கு மரியாதையே கொடுப்பதில்லை. வெறுத்து ஒதுக்குகிறார்கள்.

இப்படி இருந்தால் அந்த மாணவனின் மனநிலை எப்படி இருக்கும் என்று சிந்தித்துப் பார்க்க வேண்டும். அவமானத்தில் குன்றிப்போகும் அவன் தவறான முடிவைத்தானே எடுப்பான்!

எனவே தேர்வு முடிவுகள் வெளியாகும்போது குழந்தைகளின் மனம் கோணாத வகையில் நடந்துகொள்ள வேண்டும். அவர்கள் தோல்வி அடைய நேரிட்டால் பெற்றோர்கள் முதலில் தங்களைத் தாங்களே சமாதானப்படுத்திக் கொள்ள வேண்டும். அப்போதுதான் தங்கள் குழந்தையை அவர்களால் அமைதிப்படுத்த முடியும்.

தேர்வு முடிவைப் பார்த்ததும் கோபத்தில் குதிகுதியென்று குதித்து வார்த்தைகளைக் கொப்பளித்தால் அதனால் எந்தப் பலனும் கிடைக்கப் போவதில்லை. ஆனால் மாறாக உங்கள் குழந்தையையே நீங்கள் இழக்க வேண்டிய துர்பாக்கிய நிலையும் ஏற்பட்டுவிடக்கூடும்.

தேர்வு என்பது தலையில் இரண்டு கொம்புகளையும் வைத்துக் கொண்டு, வாயில் கோரப் பற்களையும் காட்டிக் கொண்டு கருப்பு நிறத்தில் பயமுறுத்தும் பிசாசு கிடையாது என்பதை குழந்தைகளுக்குப் பெரியவர்களாகிய நாம் சொல்லிக் கொடுக்க வேண்டும்.

தேர்வு என்பது நம்மை நாமே சோதித்துக் கொள்வதற்காக வழங்கப்பட்டிருக்கும் ஒரு அற்புத வாய்ப்பு என்பதை அவர்களுக்குப் பெரியவர்கள் விளங்கும்படி எடுத்துச் சொல்ல வேண்டும்.

தேர்வின் போது...

தேர்வு பயம் வந்துவிட்டால் காய்ச்சல் வரலாம். வாந்தி வரலாம். மயக்கம் ஏற்படலாம். வயிற்றில் படபடப்பு அதிகரிக்கலாம். இப்படிப் பல்வேறு நிலைகளில் மாணவர்கள் பாதிக்கப்படலாம். இதனைப் பெற்றோர்கள் கண்டறிந்து தங்கள் குழந்தைகளுக்கு உதவ வேண்டும்.

வீட்டில் ஏதாவது பிரச்சனை இருந்தால்கூட அது தங்கள் குழந்தைகளுக்குத் தெரியாமல் மறைத்துவிட வேண்டும்.

தேர்வுக்குச் செல்வதற்கு முன்பு என்ன தேர்வு என்பதில் தெளிவு இருக்க வேண்டும். மனதில் குழப்பம் இருந்தால் தேர்வு சிறப்பாக அமையாது.

சுமாராகப் படிக்கிற மாணவர்கள்தான் தேர்வைக் கண்டு மிகவும் பயப்படுவார்கள். முக்கியக் கேள்விகள் மற்றும் எளிதான

கேள்விகளை நன்கு படித்துக் கொண்டாலே போதும், நல்ல மதிப்பெண்களைப் பெற்றுவிட முடியும்.

என்னென்ன நாளில் என்னென்ன தேர்வு நடக்க இருக்கிறது என்ற கால அட்டவணையை வீட்டில் உங்கள் கண்ணில் படும் இடத்தில் பெரிதாக எழுதி ஒட்டி வைக்க வேண்டும்.

தேர்வு நடக்கும் இடத்திற்குச் சென்றதும் அங்கே உள்ள சக மாணவர்களோடு அரட்டை அடிப்பதை முற்றிலுமாகத் தவிர்த்துவிட வேண்டும்.

வகுப்பறைக்குள் நுழைவதற்கு முன்பாக முக்கியக் குறிப்புகளை ஒரேயொரு முறை மட்டும் திருப்பிப் பார்த்துக் கொள்ளலாம்.

தேர்வு நடைபெறும் வகுப்பறைக்குள் இருக்கும்போது உங்களிடம் எழுதப்பட்ட ஏதேனும் காகிதங்களோ, புத்தகங்களோ இல்லை என்பதை ஒரு தடவைக்கு இரு தடவை உறுதி செய்து கொள்ள வேண்டும். அப்படி ஏதாவது இருந்து கண்டுபிடிக்கப்பட்டால் தொடர்ந்து தேர்வு எழுத அனுமதிக்க மாட்டார்கள்.

அப்போது மட்டுமல்ல, தொடர்ந்து ஐந்து ஆண்டுகளுக்கு உங்களால் தேர்வு எழுதவே முடியாது என்பதையும் கவனத்தில் வைத்துக் கொள்ளுங்கள்.

அறைக்குள் நுழைந்து உரிய இருக்கையில் அமர்ந்ததும் சற்று நேரம் மூச்சுப் பயிற்சி செய்யவும். இது உங்கள் மன அழுத்தத்தை வெகுவாகக் குறைக்கும்.

எந்தவொரு கேள்வியையும் விட்டுவிடாமல் அனைத்துக் கேள்விகளுக்கும் விடை எழுதவேண்டும்.

தேர்வு அறைக்குள் இருக்கும்போது எக்காரணம் கொண்டும் பிற மாணவர்களிடம் பேனா, பென்சில், ரப்பர், ஸ்கேல் என்று எதையும் இரவல் வாங்குவது கூடவே கூடாது.

அறைக்குள் இருக்கும்போது மற்றவர்கள் என்ன செய்து கொண்டிருக்கிறார்கள் என்னும் ஆர்வக் கோளாறு காரணமாகத் திரும்பித் திரும்பிப் பார்ப்பது தவறு.

அதேபோல மற்றவர்களுடன் சைகை மொழியில் பேசுவதையும் கண்டிப்பாகத் தவிர்க்க வேண்டும்.

தேர்வு நேரம் முடிகிற வரை அறையிலேயே இருக்க வேண்டும். நேரம் இருந்தால் ஒரு தடவைக்கு இரண்டு தடவை நீங்கள்

விடையை சரி பார்க்கலாம். கேள்வி எண்கள் சரியாக எழுதப் பட்டுள்ளனவா என்பதைச் சரி பார்க்க வேண்டும்.

தேர்வு முடிந்ததும் விடைத்தாளை கண்காணிப்பாளரின் மேஜை மீது வைத்துவிட்டு வெளியேறுவது தவறான செயல். அதை கண்காணிப்பாளர் வசம் ஒப்படைத்துவிட்டே அறையை விட்டு வெளியே வரவேண்டும்.

தேர்வு எழுதி முடித்துவிட்டு வீட்டிற்கு வந்ததும் என்னென்ன கேள்விக்கு என்னென்ன விடை எழுதினாய் என்று பெற்றோர் விலா வாரியாக விளக்கம் கேட்பார்கள். ஏன் இதை எழுதாமல் விட்டாய் என்றும், எளிதான இந்தக் கேள்விக்கு ஏன் பதில் எழுதவில்லை என்றும் அவர்களுக்கு அழுத்தம் தரக்கூடாது.

இப்படி நடந்து கொண்டால் மாணவர்கள் பதற்றப்படு வார்கள். அடுத்து வரும் தேர்வுகளை நல்ல முறையில் எழுது வதற்குத் தடை ஏற்படும்.

தேர்வு எழுதிவிட்டு மனம் மற்றும் உடல் களைப்புடன் வீட்டிற்கு வரும் குழந்தைகளுக்கு ஏதாவது சாப்பிடக் கொடுக்க வேண்டும். அப்புறம் அவர்கள் சற்று நேரம் தூங்கி ஓய்வெடுக்க அனுமதிக்க வேண்டும். அல்லது டி.வி. பார்க்க விரும்பினால் அனுமதியுங்கள். வெளியே விளையாட விரும்பினால் அதைச் செய்யச் சொல்ல வேண்டும்.

இது அடுத்த தேர்வுக்குத் தயாராவதற்கான புத்துணர்வையும் சுறுசுறுப்பையும் அவர்களுக்கு அளிக்கும்.

எனினும் எதற்காக தொடக்கம் முதலே பல மாணவர்கள் படிக்காமல் காலந்தாழ்த்துகிறார்கள்?

எதற்காக தேர்வு தேதி அறிவிக்கப்பட்ட பிறகே ‘சங்கரா.. சங்கரா’ என்று மூச்சுவிடாமல் ஜெபித்து, உறக்கம் தொலைத்து, உடல் இளைத்து, உணவு உட்கொள்ளாமல் கஷ்டப்பட்டுப் படிக்கிறார்கள்?

இந்தக் கேள்விகள் எழாமல் இல்லை.

முன்கூட்டியே மாணவர்களைப் படிக்க விடாமல் தடுப்பது எது? வல்லுநர்கள் தங்கள் ஆய்வின் மூலமாக இதற்கான காரணி களைக் கண்டுபிடித்துள்ளார்கள். என்னவென்று பார்க்கலாம்.

கடின உழைப்பை எதிர்நோக்கிக் காத்திருக்கும் மனோநிலை ஒரு காரணம். அதாவது தேர்வு என்பது இப்போது அவசரத்

தேவை இல்லை என்பதால் படிப்பைத் தள்ளிப்போடும் மனப்பாங்கு வந்து விடுகிறது.

இப்படி நிறைய மாணவர்கள் சிந்திப்பதால்தான் தேர்வு நேர அழுத்தம் தவிர்க்க முடியாததாகி விடுகிறது.

கடைசி நிமிடப் படிப்பு கனகடினமாகவும், அதிக உடல் உழைப்புடனும் திகழும் என்பது அவர்களுக்கும் தெரியும். ஆனால் கடைசி நேரத்தில் படித்தால்தான் நாம் தோல்வி அடைந்துவிடக் கூடாது என்ற அச்சத்துடன் நன்றாகப் படிக்க முடியும் என்றும் அவர்கள் நம்புகின்றனர்.

எனினும் ஒரு முக்கியமான விஷயத்தை இவர்கள் நினைக்கத் தவறிவிடுகிறார்கள்.

ஒரே நேரத்தில் அத்தனை பாடங்களையும் படிக்கிறபோது எதனை முன்னால் படிப்பது, எதனை அப்புறம் படிப்பது என்பதான குழப்பம் மேலோங்கி நிற்கிறது.

ஆகவே என்ன செய்கிறார்கள்? எந்தெந்த கேள்விகள் தேர்வில் கேட்கப்படலாம் என்று யூகித்து சிலர் தந்திருக்கும் முக்கியமான கேள்விகள் எதுவோ அதனைப் படிப்பதில் மட்டுமே முக்கிய கவனம் செலுத்துகிறார்கள்.

இப்படிப்பட்ட தருணத்தில் தேர்வு சுமையாக அமைந்து விடுகிறது. எனவே அதன்மீது ஒரு வெறுப்பு பரவுகிறது. தேர்வு காலை வாரிவிட்டுவிடுமோ என்ற பயம் ஏற்படுகிறது.

இதுபோன்ற காரணத்தால் நாள் முழுவதும் படிப்பாலேயே சூழ்ந்துவிடும் நிலைமை ஏற்பட்டுவிடும்.

ரயிலைப் பிடிக்க வேண்டும் என்றால் குறைந்த பட்சம் ஒரு மணி நேரத்திற்கு முன்பாகக் கிளம்பி வந்தால் உங்களுக்குத் தேவையான பொருட்களை யோசித்து யோசித்து வாங்கலாம். ரயில் வந்ததும் அவசரம் இல்லாமல் நிதானமாக ரயிலில் ஏறி அமர்ந்து பயணிக்கலாம்.

அதேநேரத்தில் ரயில் கிளம்புவதற்கு ஐந்து நிமிடங்களுக்கு முன்னால் வந்தால், உங்களால் எப்படி நிதானமாகப் பொருட்களை வாங்க முடியும்? எது ரொம்ப முக்கியமோ அதை மட்டுமே வாங்க வேண்டியிருக்கும். படபடப்பும், வியர்வையும் அதிகமாக இருக்கும்.

எனவே கடைசி நேரத்தில் குறைந்த அளவு நேரத்தை மட்டுமே படிப்பிற்கு ஒதுக்க வேண்டி இருக்கும். மிகச் சரியாக

அட்டவணை அமைத்து கவனமாகவும் விரைவாகவும் படித்தால் வெற்றியை அடைந்துவிட முடியும்.

அடுத்த பிரச்சனை தூக்கத்தைத் தியாகம் செய்ய வேண்டி இருக்கும். தேர்வுக்கு முதல்நாள் இரவு தூங்கவே முடியாது. ஆந்தையைப்போல இரவு முழுவதும் தூங்காமல் கொட்டக் கொட்ட விழித்தவாறு படிக்க வேண்டிய நிர்ப்பந்தம் நேரிடும்.

அடுத்தடுத்து வரும் தேர்வுகளுக்கும் இப்படித்தான் தூங்காமல் கண்விழித்துப் படிக்க வேண்டிய கட்டாயம் வந்துசேரும். இவ்வாறு பல நாட்கள் தூங்காமல் படித்தால் என்னாகும்? அது நமது படிப்பிற்கு எதிர்வினையை ஏற்படுத்தும் என்கின்றனர் ஆய்வாளர்கள்.

எனினும் இதுபோன்ற நிலையில் இருப்பவர்களும் சில சரியான திட்ட வரைமுறைகளைச் செய்துகொண்டால் வெற்றி பெறுவதற்கு வாய்ப்புகள் உண்டு.

ஒவ்வொரு நாள் இரவும் நீங்கள் வழக்கமாகத் தூங்கச் செல்வதற்கு 45 நிமிடங்களுக்கு முன்னதாக அலாரத்தை அமைத்து வைக்கவும். அப்போதுதான் தூங்கச் செல்வதற்கு முன்பு சிறுசிறு வேலைகளை எளிதாக முடிக்க முடியும். குறைந்த பட்சம் ஆறு மணி நேரம் தூங்க வேண்டும்.

அப்போதுதான் அது படிப்பதற்கான மற்றும் படிப்பை நினைவில் நிறுத்துவதற்கான சக்தியை நீங்கள் பெறமுடியும்.

குறிப்பெடுப்பது மட்டுமே சரியான வழிமுறை என்று நினைப்பது. அதாவது வகுப்பில் கவனமாகப் படிப்பதும், குறிப்பெடுப்பதும் மட்டுமே நல்ல படிப்பாக அமையும் என்றே பலரும் கருதுகின்றனர்.

ஆனால் உண்மை அப்படிக் கிடையாது.

கவனித்தவையும், குறிப்பெடுத்தவையும் தேர்வு எழுதுகிறபோது உங்கள் நினைவில் சரியாக வந்து விழ வேண்டும். அப்படி இருந்தால் மட்டுமே அது உண்மையான படிப்பாக இருக்கும்.

ஆசிரியர் பாடம் நடத்தும்போது நன்றாகக் கவனித்தால் அதில் நிச்சயமாக ஏதாவதொரு சந்தேகம் வரும். வரவேண்டும். அப்போது தான் நீங்கள் சரியாகக் கவனித்திருக்கிறீர்கள் என்று அர்த்தம். நீங்கள் புரிந்திருக்கிறீர்கள் என்று பொருள்.

இந்தப் பாடங்களை உங்கள் நெருங்கிய தோழர்களுக்குக் கற்றுக் கொடுங்கள். அப்போதுதான் அதனை நீங்கள் எந்த அளவிற்குப் புரிந்து கொண்டிருக்கிறீர்கள் என்ற உண்மை விளங்கும். பாடம் நடத்துகிறபோதே புரியாத விஷயங்கள் உங்கள் முன்னால் விஸ்வரூபம் எடுத்து வந்து நிற்கும்.

அவற்றைக் குறித்து வைத்துக் கொண்டு ஆசிரியரிடம் சந்தேகம் கேட்டுப் பெற்று புரிந்து கொள்வதே உண்மையான படிப்பாக இருக்க முடியும். அதுதான் தேர்வு எழுதும்போது எவ்விதத் தடையும் இல்லாமல் அனைத்துப் பதில்களுக்கும் சரியான விடை சரளமாக வந்து நிற்கும்.

ஒரே மூச்சில் முழுவதையும் படித்து முடித்து தேர்வுக்குத் தயாராகிவிடலாம் என்றும் நிறைய மாணவர்கள் நினைக்கின்றனர். இதுவும் தவறான எண்ணமாகும்.

ஒரே நாளில் இடைவெளி இல்லாமல் பத்து மணி நேரம் தொடர்ந்து படிக்கவும் செய்யலாம். அதே நேரத்தில் அவ்வப்போது போதிய இடைவெளி விட்டு ஒரு வார காலமாக பத்து மணி நேரம் படிக்கவும் செய்யலாம்.

இவ்விரு முறையில் படித்தாலும் ஒரு வாரமாக நீங்கள் படித்த படிப்புதான் உங்கள் மனதில் தெளிவாக வேரூன்றி நிலைத்து நிற்கும்.. புரிதலுடன் அழுத்தமாகப் பதிந்தும் இருக்கும். ஆனால் இடைவெளி இல்லாமல் ஒரே நாளில் படிப்பதில் பாதியளவுகூட உங்கள் மனதில் பதிந்திருக்காது.

இடைவெளி விடுவதுதான் உங்கள் மூளையைச் சுறுசுறுப்பாக வைத்திருக்கும். படிப்பதை நல்ல முறையில் புரிந்து கொள்ளவும் உதவும். வேகமாகப் படிக்கவும் முடியும்.

பொதுவாக, ரொம்ப நேரம் படிப்பவன் அறிவாளி என்ற கருத்து உள்ளது. எப்போதும் படித்துக் கொண்டே இருக்கும் மாணவனைப் போற்றிப் புகழ்கிறது இச்சமூகம். புத்தகப் புழு என்று சிலர் கிண்டல் அடித்தாலும் அந்த மாணவனுக்கு அதிக மரியாதை கிடைக்கிறது.

ஆனால் இது தவறான கருத்து. அதிக நேரம் புத்தகத்தைத் திறந்து வைத்துக் கொண்டு படிப்பதைக் காட்டிலும், குறைந்த நேரம் படித்தாலும் நன்றாகப் புரிந்து படிப்பதுதான் உங்களுக்குப் பயன் அளிக்கும். ஓய்வு கொடுத்துப் படிப்பதுதான் நிச்சயமாக சிறந்த பலனைத் தரும்.

திட்டமிடுதலிலும் நிறைய பேர் தப்பு செய்கின்றனர். அதாவது தேர்வுக்கு ஒரு வாரத்திற்கு முன்னர்தான் அவர்கள் திட்டமிடுகின்றனர். இதனால் அவர்களால் வெற்றியைத் தொட முடியாது.

குறுகிய காலத் திட்டத்திற்கும், நீண்ட காலத் திட்டத்திற்கும் நிறைய வித்தியாசம் இருப்பதை முதலில் புரிந்துகொள்ள வேண்டும்.

குறிப்பாக விடுமுறை நாட்களில் மாலை ஆறு மணியில் இருந்து நமக்குப் பெரிய வேலைகள் எதுவும் இருக்காது. அந்த நேரத்தில் பாடங்களைப் படித்து முடித்துவிடலாம் என்று நினைப்பது உண்டு.

படிப்பதற்கு எவ்வளவு நேரம் தேவைப்படும் என்பதை முதலில் தெரிந்து கொள்ளுங்கள். அதில் பாதியளவு நேரம் மட்டுமே படிப்பதற்கு ஒதுக்கீடு செய்யுங்கள். அப்போதுதான் அதிக

கவனத்துடனும், விரைவாகவும், சுறுசுறுப்பாகவும் உங்களால் படிக்க முடியும்.

ஆனால் நடைமுறையில் இது சாத்தியமாகாது. ஏனென்றால் தொடர்ந்து எத்தனை மணி நேரம் படித்தாலும் இரண்டு மணி நேரம் படித்தவை மட்டுமே நினைவில் தங்கியிருக்கும். அந்த அளவிற்குத் தான் மூளைக்கு சக்தி இருக்கிறது.

எனவே விடுமுறை என்றாலும் அவ்வப்போது இரண்டு மணி நேரத்தைப் படிப்பதற்காக ஒதுக்குங்கள். இதுவே போதுமானதாக இருக்கும். அப்போது படிப்பவை உங்கள் மனதில் மிக நன்றாகப் பதிந்திருக்கும்.

ஊக்கத்தை இழக்காமல் இருந்தால் மட்டுமே உங்களால் தேர்வு பயத்தை எதிர்கொள்ள முடியும்.

நாம் படிக்க வேண்டியதன் முக்கியத்துவத்தையும், உங்கள் எதிர்காலத்தையும் நன்றாக உணர்ந்து கொள்ளுங்கள். அதை மனதில் உறுதியாகத் தக்க வைத்துக் கொள்ளுங்கள்.

இப்படிச் செய்தால் உங்கள் மனதில் ஊக்கம் வரும். அதுவே உங்களைப் படிக்கத் தூண்டும். படிப்பில் ஆர்வத்தை ஏற்படுத்தும்.

5 முறையாகப் படித்தல்

தேர்வு என்பது வாழ்வில் ஓர் அங்கம் மட்டுமே. உங்கள் வாழ்க்கை இப்போதுதான் பிள்ளையார் சுழி போட்டுத் துவங்கி உள்ளது. பள்ளியில் தேர்வைச் சந்திப்பதுபோல உங்கள் வாழ்க்கை அனுபவத்தில் இன்னும் எத்தனை எத்தனையோ தேர்வுகளை நீங்கள் சந்திக்க வேண்டி இருக்கிறது.

இதை முதலில் உணர்ந்து கொள்ள வேண்டும்.

எனவே இதை சாதாரண தேர்வு என்று முதலில் உங்கள் மனத்தில் ஆழப் பதிவு செய்து கொள்ள வேண்டும். இத்தேர்வில் எதிர்பார்த்த மதிப்பெண்கள் கிடைக்கவில்லை என்றால் உங்கள் மொத்த வாழ்க்கையும் நாசமாகிவிட்ட தாக ஒரு தவறான கருத்தை மனதில் தக்க வைத்துக் கொள்ளவே கூடாது.

ஒரு வகுப்பில் அறுபது மாணவர்கள் இருக்கிறார்கள் என்று வைத்துக் கொள்வோம். இந்த அறுபது பேருமே மருத்துவர்கள் ஆகி விட முடியுமா?

இவர்கள் அனைவருமே பொறியாளர்கள் ஆகிவிட முடியுமா?

இவர்கள் அனைவருமே பேராசிரியர்கள் ஆகிவிட முடியுமா?

ஒரு சிலர் மட்டுமே மருத்துவர் ஆக முடியும். ஒரு சிலர் மட்டுமே பொறியாளர் ஆக முடியும். ஒரு சிலர் மட்டுமே பேராசிரியர் ஆக முடியும்.

இன்னும் சிலர் வங்கியில் பணியாற்றலாம். அரசுப் பணியில் சேரலாம். தனியார் துறையில் வேலை பார்க்கலாம். வேலை கிடைக்காமல் வெட்டியாகவும் சுற்றித் திரியலாம். அரசியல், ஊடகம் என்று இன்னபிற துறைகளிலும் சிலர் ஜொலிக்கலாம்.

வாழ்வில் அனைவருமே இப்படித்தான் இருக்க வேண்டும், இன்ன தொழிலைத்தான் செய்ய வேண்டும் என்ற வரையறை எதுவும் கிடையாது.

ஆனால் இப்படித்தான் இருக்க வேண்டும், மருத்துவராகத் தான் ஆக வேண்டும் அல்லது பொறியாளராகத்தான் இருக்க வேண்டும் என்றெல்லாம் மிகப் பெரிய எதிர்பார்ப்பை மனதில் வளர்த்துக் கொண்டு, அதனை அடைவதற்கான வழி தேர்வு என்றும் நினைத்துக் கொண்டிருப்பதால்தான், தேர்வைக் கண்டு பயம் ஏற்படுகிறது.

பயம் என்பது நம் நிழல் மாதிரி. விளக்கு ஒளியின் அருகே சென்றால் அது மிகப் பெரிய நிழலாக மாறி நம்மைப் பயமுறுத்தும். ஒளியைவிட்டு அதிக தூரம் விலகிச் சென்றால் அதுவும் சிறுத்துத் தெரியும்.

விளக்கு என்பதை இங்கே நீங்கள் எதிர்பார்ப்பு என்று வைத்துக் கொள்ளலாம். அதனைவிட்டு எவ்வளவு முடியுமோ அவ்வளவு தொலைவு விலகி நின்றால் அதன் தாக்கம் மிகக் குறைவாக இருக்கும்.

'அரண்டவன் கண்ணுக்கு இருண்டதெல்லாம் பேய்' என்பார்கள். எப்போதும் பயத்திலேயே வாழ்பவன் இரவு நேரத்தில் எதைப் பார்த்தாலும் பேய் என்று நினைத்துப் பயப்படுவான்.

பேய் என்பது வெளியே இல்லை அது நமது மனதிற்குள்தான்

ஒளிந்து கொண்டிருக்கிறது. ஆனால் இந்த உண்மையை நாம் விளங்கிக் கொள்ளாமல் வெளியே நமக்குப் பின்னே, நம்மையே தொடர்ந்து வருவதாக எண்ணிப் பயப்படுகிறோம்.

எனவே தேவையற்ற, வீணான பயத்தை எக்காரணம் கொண்டும் நாம் நெருங்க விடவே கூடாது என்ற உறுதிமொழியை மாணவர்கள் அனைவரும் எடுத்துக் கொள்ள வேண்டும்.

இதுவே உங்களுக்கு நல்ல துணிச்சலைக் கொடுக்கும். நல்ல தைரியத்தைக் கொடுக்கும். தேர்வு பயத்தைச் சுத்தமாகப் போக்கும்.

தேர்வு என்பது உங்கள் வாழ்க்கையைத் தீர்மானிக்கும் காரணி கிடையாது. அது உங்கள் படிப்புத் திறனை மதிப்பீடு செய்வதற்காக நடத்தப்படும் ஒரு சாதாரண நிகழ்வு என்பதை நீங்கள் உணர்ந்து கொள்ள வேண்டும்.

மாணவர்களின் தேர்வு பயத்திற்கு முக்கிய காரணங்களில் ஒன்று பெற்றோர்கள். அவர்களின் பெற்றோர் மட்டுமல்லாமல் அவர்கள் நண்பர்களின் பெற்றோர்கள், 'எக்ஸாம் வருது. கொஞ்சம்கூடப் பயமே இல்லாம இப்படி ஜாலியா இருக்கிறே? சீரியஸா இரு. கஷ்டப்பட்டு படிச்சாத்தான் டாக்டராக முடியும்' என்று உபதேசங்களை வழங்கி மாணவர்களின் உள்ளத்தில் பயம் என்னும் நஞ்சை விதைக்கிறார்கள்.

அதாவது 'இஷ்டப்பட்டு' படிக்க வேண்டியதை 'கஷ்டப்பட்டு' படிக்க வைக்கிறார்கள்.

'சுகமாக' நினைத்துச் செய்ய வேண்டியதை 'சுமையாக' நினைத்து செய்யச் சொல்கிறார்கள்.

'ஆர்வமாக' படிக்க வேண்டிய பாடங்களை 'வெறுப்பாக' படிக்குமாறு அறிவுறுத்துகிறார்கள்.

இந்தத் தவறைப் பெற்றோர்கள் உணர வேண்டும். உறவினர்கள், நண்பர்கள் மட்டுமல்லாமல் ஆசிரியப் பெருமக்களும் உணர வேண்டும்.

தேர்வைப் பற்றிய பய உணர்வை மாணவர்களிடம் தக்க வைத்துக் கொண்டே இருக்க வேண்டும் என்றும், அப்படி இருந்தால் தான் அவர்கள் படிப்பில் கவனமாக இருப்பார்கள் என்றும் நினைக்கிறார்கள்.

ஆனால் இது பெரும் தவறு என்பதை அவர்கள் உணர்ந்து கொள்ள மறுக்கிறார்கள்.

அத்துடன் தேர்வில் நிறைய மதிப்பெண்களைப் பெற வேண்டும் என்பதற்காக 'குறுக்கு வழிமுறைகள்' பலவற்றையும் மாணவர்களுக்கு ஆசிரியர்கள் கற்றுத்தரும் இழிவான காட்சிகளும் நடக்கத்தான் செய்கின்றன.

அத்தனை பாடங்களையும் புரிந்து படிப்பதுதான் சிறந்த வழி என்பதை உதறித் தள்ளிவிட்டு முக்கியமான பாடங்களை மட்டுமே தேர்ந்தெடுத்து அவற்றை மட்டுமே படிக்க வைக்கிறார்கள். நான்கு அல்லது ஐந்து ஆண்டுகளுக்கான பொதுத் தேர்வு கேள்வித் தாள்களை சேகரித்து வைத்துக் கொண்டு முக்கியக் கேள்விகளை ஆசிரியர்களே குறித்து மாணவர்களைப் படிக்கத் தூண்டுகிறார்கள்.

ஆக, தேர்வில் நிறைய மதிப்பெண்களைப் பெற வேண்டும் என்ற ஒரே நோக்கமே இதில் பிரதிபலிப்பதால், அதுவே தேர்வு பயத்தை மாணவர்களிடம் விதைத்துவிடுகிறது.

எனவே இதுபோன்ற நிலைப்பாட்டை மாணவர்களிடம் விதைப்பதை மற்றவர்கள் தவிர்க்க வேண்டும்.

பொதுவாக தேர்வு என்பது வெறும் மதிப்பெண்களைப் பெறுவதற்காக மட்டுமே நடத்தப்படுவது கிடையாது.

கிரியேட்டிவிட்டி என்னும் ஆக்கத்திறன், நினைவாற்றல் திறன், பகுத்தாய்வுத் திறன் மற்றும் தகவல்தொடர்புத் திறன் போன்றவற்றை மதிப்பீடு செய்வதுதான் தேர்வு.

இதனை மாணவர்கள் புரிந்து கொள்ள வேண்டும். அவர்கள் புரிந்து கொள்கிற மாதிரியாக ஆசிரியர்களும், பெற்றோர்களும் நடந்து கொள்ளல் வேண்டும்.

'கடைசி நேரத்தில் மனப்பாடம் செய்து தேர்வில் வாந்தி எடுக்கும் போக்கு மாற வேண்டும். கல்வியாண்டு தொடக்கம் முதலே மாணவர்களிடம் திறம்படப் படிக்கும் எண்ணத்தை ஏற்படுத்த வேண்டும். ஒவ்வொரு பாடம் நடத்தி முடிக்கப்பட்டதும் அவற்றைப் பற்றி மாணவர்கள் ஒவ்வொருவரும் எந்த அளவிற்குப் புரிந்து கொண்டிருக்கிறார்கள் என்பதைப் பல்வேறு பயிற்சிகள் மூலம் ஆசிரியர்களும், பெற்றோர்களும் புரிந்து கொள்ள வேண்டும்.

ஆரம்பம் முதற்கொண்டே மாணவர்களைத் தெளிவாகப் படிக்க வைத்துவிட்டால் கடைசி நேரத்து தேர்வு பயத்தில் இருந்து அவர்களை மிக எளிதாக விலக்கிவிடமுடியும்.

தொடர்ந்த பயிற்சியும், முயற்சியும், கடின உழைப்பும்தான் தேர்வை மகிழ்ச்சியோடு சந்திக்கத் துணை நிற்கும்.

ஒன்றை மட்டும் மாணவர்கள் புரிந்துகொள்ள வேண்டும். ஏராளமான எதிர்பார்ப்பு இருக்கும்போது அங்கு தாராளமாகத் தோல்வியும் ஏற்படக்கூடும். அதனைச் சந்திக்கத் தயாரான அளவில் மனப்பக்குவத்தை வளர்த்துக் கொள்வது அவசியம்.

அதாவது எதிர்பார்ப்பு இருக்கும்போது ஏமாற்றத்திற்கும் தயாராக இருக்க வேண்டும்.

எங்கே ஏமாற்றம் இருக்கிறதோ அங்கே எரிச்சலும் பயமும் வேகத்தடையாகக் குறுக்கிடும். இதனால் பொறுமை சிதைந்து போய் விடும். எனவே கவனம் சிதறும்.

கவனம் சிதறினால் எதிர்மறை பலன்தான் கிட்டும்.

வெற்றிக்கு அதிக முக்கியத்துவம் கொடுப்பதால்தான் இத்தகைய விளைவுகளைச் சந்திக்க வேண்டி இருக்கிறது.

வெற்றிக்கு ஏன் இவ்வளவு முக்கியத்துவம் தர வேண்டும்?

யோசிக்க வேண்டும்.

எதைச் செய்தாலும் இதனால் என்ன பலன் கிடைக்கும் என்று கணக்கிடுகிறது மனம்.

இதன்காரணமாக வெற்றி என்னும் ஒரு கவர்ச்சி உங்களை முன்னோக்கி இழுத்துச் செல்கிறது.

அல்லது தோல்வி என்னும் பயம் உங்களைப் பின்னோக்கி இழுத்துச் செல்கிறது.

வெற்றியும் தோல்வியும் வாழ்வில் தவிர்க்க முடியாதவை. இன்பம் என்ற ஒன்றிருந்தால் தோல்வி என்ற ஒன்றும் கண்டிப்பாக இருந்தே தீரும்.

இது இயற்கையின் நியதி.

வெற்றியை அடைவதற்காகப் படபடப்போடு காத்திருக்கும் நீங்கள், அதன் முடிவு எப்படி இருந்தாலும் அதனை ஏற்றுக் கொள்ளவும் தயாராக இருக்க வேண்டும்.

ஆனால் அந்த மனப்பக்குவத்தை ஏற்படுத்திக் கொள்ளாமல் இருப்பதால்தான் பயம் உங்களைப் பிடித்தாட்டுகிறது.

இன்னுமொரு சங்கடகரமான விஷயமும் உண்டு.

தேர்வுக்கு முந்தின நாள் யாராவது நண்பர்கள், 'இந்தக் கேள்வி வருகிறதாம். உனக்கு அதற்கான விடை தெரியுமா?' என்று வதந்தி ஒன்றைப் பரப்பி இவர்களின் படபடப்பை இன்னும் அதிகரித்து விடுவார்கள்.

முறையாகப் படித்துக் கொண்டிருக்கும் மாணவர்களையும் இதுபோன்ற வதந்தி இன்னும் டென்ஷனை அதிகரிக்கச் செய்கிறது.

மிக நன்றாகப் படித்து வைத்திருந்தபோதிலும் அதற்கான விடை இந்த வதந்தியைக் கேட்டதற்குப் பிறகு மறந்து போய்விடும். குழப்பம் குதிபோட்டுத் தாண்டவமாடும்.

உடனே புத்தகத்தின் பக்கங்களைப் புரட்டி விடையை மீண்டும் ஒருமுறை பரபரவென்று படிக்கத் தொடங்கிவிடுவார்கள்.

இப்படிப்பட்ட குழப்பங்களாலும் தேர்வு பயம் அதிகரித்து காய்ச்சலே வந்துவிடும்.

மறுநாள் தேர்வுத் தாளைப் பெற்றுக் கொண்டதும் அந்தக் குறிப்பிட்ட கேள்வி வந்திருக்கிறதா என்றே படபடப்போடு முதலில் பார்க்கத் தோன்றும்.

ஆனால் அக்கேள்வி வந்தே இருக்காது.

இதனால் இடிந்து போய்விடுவார்கள். தேர்வை சரியாக எழுத முடியாமல் சோர்ந்தும் போய்விடுவார்கள். நன்றாகப் படித்திருந்த பதில்கள்கூட அப்போது மறந்து போய்விட்ட மாதிரி தோன்றும்.

விளைவு?

சரியாக எழுத முடியாமல் நிறைய மதிப்பெண்களைப் பெறக் கூடிய மாணவர்கள் தோல்வியைத் தழுவ நேரிட்டு விடுகிறது.

எனவே இதுபோன்ற வதந்திகள் பரப்பப்பட்டால் அதனைப் பெரிதாக நம்பி ஏமாந்துவிடல் ஆகாது.

தேர்வுப் பயம் வருவதற்கு முக்கியக் காரணம் என்னவென்றால் படிப்பதில் ஆர்வமின்மைதான். ஆர்வம் இல்லாமல் எந்த செயலைச் செய்தாலும் அது வெற்றியைத் தருவதில்லை.

எனவே ஆர்வம் என்பது மிக முக்கியம்.

எதிர்காலத்தில் ஒரு மருத்துவராக வேண்டும், ஒரு பொறி யாளர் ஆக வேண்டும் என்பதில் விருப்பமும் ஆர்வமும் உடையவர் களாக இருக்கிறீர்கள்.

அதனை அடைவதற்கு படிப்பு அல்லவா மிக முக்கியம். ஆனால் அதை நீங்கள் மறந்து விடுகிறீர்கள்.

ஆர்வம் இல்லாமல் படித்தால் அது எப்படி உங்கள் மனதில் அழுத்தமாகப் பதியும்?

பாடத்தை உங்களுக்காகப் படிக்காமல் பெற்றோர்களுக்காக வும், ஆசிரியர்களுக்காகவும், உறவினர்களுக்காகவும் மட்டுமே படித்துக் கொண்டிருப்பீர்கள்.

மதிப்பெண் குறைந்து போனால் அவர்களிடம் திட்டு வாங்க வேண்டியிருக்குமே என்பது மட்டுமே உங்கள் கவனத்தில் இருக்கும். உங்களைப் பற்றிய அவர்களின் மதிப்பில் குறைவு வந்துவிடுமே என்ற கவலை உள்ளத்தில் ஊசலாடிக் கொண்டிருக்கும்.

இதுபோன்ற எண்ணங்களை முதலில் குப்பைக் கூடையில் விட்டெறியுங்கள். உங்களுக்காக மட்டுமே படிக்கிறீர்கள் என்பதை முதலில் உணர்ந்து கொள்ளுங்கள்.

நன்றாகப் படித்தால் நல்ல வேலை கிடைக்கும். நல்ல வேலை கிடைத்தால்தான் வாழ்க்கைத் தரம் உயர்வடையும்.

ஆகவே படிப்பது உங்களுக்காக என்ற எண்ணத்தை மனதில் வளர்த்துக் கொள்ளுங்கள். படிப்பில் ஆர்வத்தை வளர்த்துக் கொள்ளுங்கள்.

அது சிரமமாக இருந்தாலும், உங்களின் உயர்வான முன்னேற்றத்தை மீண்டும் மீண்டும் மனதில் நிறுத்திக் கொண்டால்

படிக்க வேண்டும் என்ற எண்ணம் நல்ல அடித்தளம் அமைக்கும். அப்போது படிப்பில் ஆர்வம் தானாகவே வந்து சேரும்.

ஒரு பாடத்தை இவ்வாறு உண்மையாகவே விரும்பும்போதும், நேசிக்கும்போதும்தான் அதனைப் படிக்கும் ஆர்வம் உங்களுக்குள் தீவிரம் காட்டும். அதனைப் புரிந்து படிக்க முடியும். அதனை முழுவதுமாகப் படிக்க முடியும். அந்தப் பாடத்தில் இருந்து எந்தக் கேள்வியை, எப்படிச் சுற்றி வளைத்துக் கேட்டாலும் உங்களால் தெளிவான, விரிவான பதிலை எழுத முடியும்.

எதிர்பார்ப்பை அதிகமாக உள்ளத்தில் ஏற்படுத்திக் கொள்வதற்குப் பதிலாக சில அடிப்படை குறிக்கோள்களை மனதில் ஆழமாகப் பதிய வைத்துக் கொள்ள வேண்டும். அதுவே உங்கள் எதிர்பார்ப்பை நிச்சயம் வெற்றியடையச் செய்யும்.

1. படிப்பின் மீதான நேசிப்பை வளர்த்துக் கொள்ள வேண்டும்
2. பாடங்களை நன்றாகப் புரிந்து படிக்க வேண்டும்.
3. பாடங்களைத் தவறாமல் திரும்பத் திரும்பப் படித்து பயிற்சி செய்ய வேண்டும்.
4. தேர்வுக்கு வெகு நாட்களுக்கு முன்பிருந்தே பாடங்களைப் படிக்கத் தொடங்க வேண்டும்.
5. உடல் நலத்தையும் நன்றாகப் பேணிப் பாதுகாக்க வேண்டும்.

6. இறுதித் தேர்வை மகிழ்ச்சியோடு முடிக்க வேண்டும்.

இப்படிச் சில குறிக்கோள்களை, உறுதி மொழிகளை நீங்கள் எடுத்துக் கொள்ள வேண்டும். அந்த உறுதியின் அடிப்படையில் உங்களை இயக்கிச் செல்ல வேண்டும்.

படிப்பின் மீது நேசிப்பை வளர்த்துக் கொள்ள வேண்டும்

நன்றாகப் படித்து, நிறைய மதிப்பெண்களைப் பெற்று, ஊர் உலகம் மெச்சும் வகையில் விளங்க வேண்டும் என்றால் தேர்வைப் பயமின்றி நன்றாக எழுத வேண்டும். அதற்கு நீங்கள் கடினமாக உழைக்க வேண்டும். கடின உழைப்பிற்கு படிப்பின்மீது மட்டற்ற ஆர்வம் இருக்க வேண்டும்.

படிப்பின் மீதான உங்களின் பேரார்வம் உங்களை எவ்வாறு மாற்றும் தெரியுமா? விளக்கின் ஒரு பக்கம் மட்டுமல்லாமல் அனைத்துப் பக்கமும் எரியவிட்டால் எப்படி அறை பிரகாசமாக ஜொலிக்குமோ அப்படி உங்களைப் பிரகாசமாக்கும்.

கடின உழைப்பின்போது சாப்பிட மறந்து போக நேரிடும். தண்ணீர் பருகவும் மறந்து போகலாம். நிம்மதியாக மூச்சுவிடக்கூட மறந்து போக நேரிடும். உங்கள் மனம் முழுவதும் வாழ்வின் மறுமலர்ச்சியைப் பற்றி மட்டுமே சிந்திக்கும். அதைப்பற்றிய சிந்தனையிலேயே மயங்கிக் கிடக்கும்.

ஒருவேளை இவ்வாறான நிலைப்பாட்டை நீங்கள் அடைய வில்லை என்றால் படிப்பின் மீதான உங்கள் ஆர்வத்தில் ஏதோ தொய்வு இருப்பதாகவே பொருள்படும். எனவே ஆர்வத்தை வளர்த்துக் கொள்வதற்காக மீண்டும் ஒருமுறை முயற்சி செய்ய வேண்டும்.

ஆர்வம் வந்துவிட்டால் அறிவை வளர்த்தல், புரிதலை அதிகரித்தல், திறமையை வளர்த்தல் ஆகியவற்றில் உங்கள் ஈடுபாடு தானாக மேலோங்கும். தேர்வைப் பற்றிய பயம் உங்களைவிட்டு பல மைல் தூரம் பறந்தோடிச் சென்றுவிடும்.

மீண்டும் ஒருமுறை நினைவு வைத்துக் கொள்ளுங்கள் - கடின உழைப்பு மட்டுமே படிப்பில் உங்களை முன்னோக்கிச் செலுத்தும். அதுவே உங்கள் தேர்வு பயத்தை இல்லாது ஒழிக்கும்.

கடின உழைப்புக்குத் தேவை படிப்பின் மீதான நேசிப்பை அதிகரித்துக் கொள்வது ஒன்றே.

பாடங்களை நன்றாகப் புரிந்து படிக்க வேண்டும்

புரிதல் என்பதன் அடிப்படை அம்சமாகத் திகழ்வது பாடங்கள் மீதான உங்களது ஆர்வம்தான். ஆர்வம் இல்லையென்றால் எக்காரணம் கொண்டும் துணிச்சலுடன் தேர்வை உங்களால் எதிர்கொள்ளவே முடியாது.

புரிதல் என்பது நமது கவனத்தை ஒருமுகப்படுத்துவது. அத்துடன் வகுப்பறையில் பாடம் நடத்துகிறபோது புத்திசாலித்தனமாகச் சிந்திக்க வேண்டும். ஆசிரியர் பாடம் நடத்துகிறபோது சந்தேகங்கள் தோன்ற வேண்டும். அப்போதுதான் நீங்கள் பாடத்தின் மீது உரிய கவனம் செலுத்துவதாக அர்த்தம்.

பாடப்புத்தகங்களும், குறிப்பெடுத்தலும் மட்டுமே போதுமானது என்ற நினைப்பை முதலில் விட்டொழிக்க வேண்டும். இது உங்களுக்கு படிப்பதற்கு உதவியாக இருக்குமே தவிர, போதுமான மதிப்பெண்களைப் பெற்றுத்தர இது உதவியாக இருக்காது.

மேலும் படிப்பிற்கு உதவுவதற்கு இன்னும் சில ஆதரவான விஷயங்களையும் நீங்கள் அரவணைத்துக் கொள்ள வேண்டும். நல்ல இணைய தளத்தை உதவிக்கு நாடலாம். நல்ல ஆசிரியர்களின் துணையை நாடலாம். இவை கிடைக்காவிட்டால் நல்ல நண்பர்களின் துணையை நாடலாம்.

நண்பர்களுக்கு ஒரு ஆசிரியரைப் போன்று பாடத்தை விளக்கிப் போதிக்க வேண்டும். பலமுறை திரும்பத் திரும்பப் படித்து மனதிற்குள் பதிய வைப்பதைவிட இது மிகவும் பயனுள்ளதாக இருக்கும். மேலும் நீங்கள் தவறிழைக்கும்போது உங்கள் நண்பர் அதனைச் சுட்டிக் காட்டுவார். அது இன்னும் உங்களுக்குப் பேருதவியாக இருக்கும்.

எனவே புரிதல் ஒன்றே உங்களை முன்னோக்கி இட்டுச் செல்லும் சரியான தளம் என்பதை மறக்க வேண்டாம்.

பாடங்களைத் திரும்பத் திரும்பப் படிப்பது அவசியம்

என்னென்ன பாடங்களை எப்போது, எந்தெந்த நேரத்தில் படிக்க வேண்டும் என்பதற்கு நல்ல, சிறந்த அட்டவணை ஒன்றைத் தயார் செய்வது அவசியம். இவ்வாறு செய்யவில்லை என்றால் அது உங்கள் பொன்னான நேரத்தைக் கணிசமாக விழுங்கிவிடும்.

அட்டவணை தயாரிக்கவில்லை என்றால் ஒழுங்கற்ற

நிலையில் படித்த பாடத்தை மட்டுமே திரும்பத் திரும்பப் படிக்க நேரிடும். சில பாடங்கள் படிக்காமலேயே விடுபடவும் வாய்ப்புண்டு.

எனவே கால அட்டவணை ஒன்றைத் தயாரித்துக் கொள்வது மிக அவசியம். அதனைத் தயாரிக்கும்போது கவனமாக இருக்க வேண்டும். எந்தப் பாடத்தை எந்த நேரத்தில் படிக்க வேண்டும் என்பதை முன்கூட்டியே தீர்மானித்துக் கொள்வதால் பாடம் எதனையும் நீங்கள் படிக்காமல் விடாமல் இருப்பீர்கள்.

மேலும் வரிசைப்படி படிப்பதால் குழப்பமற்ற நிலையை நீங்கள் உருவாக்கிக் கொள்கிறீர்கள். அதேவேளையில் நீங்கள் தயாரிக்கும் அட்டவணை நெகிழ்வுத் தன்மையுடன் இருக்க வேண்டும். அதே நேரத்தில் ஆரம்பத்தில் தயாரித்த அட்ட வணையை அப்புறம் தேவைக்கேற்ப எல்லாம் மாற்றி அமைத்துக் கொண்டே இருக்கக் கூடாது. அது படிப்புப் பாதையைக் குழப்பிக் குளறுபடி செய்துவிடும்.

நீங்கள் தயாரிக்கும் கால அட்டவணையில் எளிதாக சதத்தைப் பெற வாய்ப்புள்ள கணிதம், அறிவியல், கணிப்பொறி யியல் போன்ற பாடங்களுக்கு அட்டவணையில் அதிக நேரத்தை ஒதுக்கலாம்.

தமிழ், ஆங்கிலம் போன்ற மொழிப் பாடங்களுக்கு அவரவர் தேவைக்கேற்ப நேரம் காலத்தை ஒதுக்கிக் கொள்ளலாம்.

ஆனால் எந்தவொரு பகுதியையும் படிக்காமல் இருந்துவிடக் கூடாது. ஒருவேளை ஏதாவது பாடத்தைப் படிக்காமல் விட்டு

விட்டால், தேர்வுக்கு முதல்நாள் அதனை மாங்கு மாங்கென்று படிப்பது கூடவே கூடாது.

அட்டவணை தயாரித்துப் படிப்பது என்பது முதல் பரிசைத் தட்டிச் செல்வதற்காக மட்டுமே பயன்படுவதாக நினைக்கக்கூடாது. பாடங்களைப் புரிந்து படிப்பதற்குத் துணைபுரிகிறது.

அப்புறம் முக்கியமாகத் தேர்வின்போது ஏற்படும் அச்சத்தை இல்லாது ஒழிக்கிறது.

தேர்வுக்குப் பல நாட்கள் முன்பே படிக்கத் தொடங்க வேண்டும்

'தொடக்கத்திலிருந்தே எவன் ரிவைஸ் பண்ணிட்டே இருப்பான்? அதெல்லாம் நம்மால முடியாது. எக்ஸாமுக்கு பத்து நாளுக்கு முன்னால படிச்சாலே போதும். மார்க் பின்னிடலாம்' என்ற நினைப்பில் இருக்கும் மாணவர்களைத்தான் அதிகமாகப் பார்க்க முடிகிறது.

ஆனால் இது தவறு என்பதைத் தேர்வின்போதுதான் அவர்கள் உணர்கிறார்கள். அப்போது என்ன மாதிரியாகக் கத்திக் கூச்சலிட்டாலும் ஒன்றுமே செய்ய முடியாது. வெள்ளம் தலைக்கு மேலே போயிருக்கும்.

எனவே எதையும் கால நேரத்திற்குள் செய்ய வேண்டும். தாமதித்தால் அப்புறம் வருத்தப்பட நேரிடும்.

முன்கூட்டியே திட்டமிட்டு கடினமாக உழைத்துப் படித்தால், தேர்வு அறைக்குள் நுழையும்போது பதற்றம் இல்லாமல் இருக்கலாம்.

எனவே திட்டமிட்டு ஆரம்பம் முதலே பாடங்களைத் திரும்பத் திரும்பப் படிக்கும் முறையைக் கையாண்டு, தேர்வு அறைக்குள் அச்சம் இல்லாமல் நுழையும் துணிச்சலை ஏற்படுத்திக் கொள்ளுங்கள்.

உடல் நலத்தை நன்கு பேணிப் பாதுகாக்க வேண்டும்

சரியான தூக்கம், நல்ல சாப்பாடு, தேவையான உடற்பயிற்சி இருந்தால்தான் உடல் ஆரோக்கியமாக இருக்கும். தேர்வு நேரங்களில் படிப்பிற்கு மட்டுமே முக்கியத்துவம் அளித்துவிட்டு, மூன்று அல்லது நான்கு மணி நேரம் மட்டுமே தூங்கும் மாணவர்கள்தான் அதிகம்.

வேளாவேளைக்குச் சாப்பிடுவதும் கிடையாது. பசிக்கும்போது மட்டும் ஏதாவது ஜங்க் நொறுக்குத் தீனிகளை உள்ளே தள்ளி, பசியை அப்போது அடக்கி வைப்பதுண்டு.

படிப்பு படிப்பு என்று சதா அறைக்குள்ளேயே முடங்கிக் கிடப்பதால் உடற்பயிற்சியும் கிடையாது.

இதுபோன்ற காரணங்களால் உடல் ஆரோக்கியத்தை இழந்து விடுகிறார்கள். ஆரோக்கியத்தை இழக்கிறபோது உடல் தானாகவே சோர்ந்து போய்விடுகிறது. எதையும் சுறுசுறுப்பாகச் செய்ய முடியாது. நினைவாற்றல் சக்தி குறைந்து போவதால் எத்தனை முறை கஷ்டப்பட்டுப் படித்தாலும் நினைவில் நிற்க மறுக்கிறது.

இப்படி இருந்தால் தேர்வில் எவ்வாறு எதிர்பார்த்த வெற்றியை அடைய முடியும்?

சரியான தூக்கம், நல்ல சாப்பாடு, தேவையான உடற்பயிற்சி ஆகியவை நிச்சயமாக வேண்டும். அதற்கு என்ன செய்ய வேண்டும்?

படிப்பதற்காக நீங்கள் தயாரிக்கும் அட்டவணையில் இவற்றை யும் தவறாமல் சேர்த்துக் கொள்ள வேண்டும். எப்போது தூங்க வேண்டும்? எப்போது விழிக்க வேண்டும்? எப்போதெல்லாம் ஆகாரம் . உண்ண வேண்டும்? என்பதை அட்டவணையில் தெளிவாக வரையறுத்துக் கொள்ள வேண்டும்.

வீட்டுத் தோட்டம், முடிந்தால் பூங்கா, வராண்டா இப்படி கிடைத்த ஏதாவதொரு இடத்தில் சிறிதாகவேனும் நடைப்பயிற்சி செய்ய வேண்டும்.

ஏதாவது சாப்பிட வேண்டும் என்று தோன்றினால் நிச்சயமாக ஜங்க் உணவுகளை ஒதுக்கிவிட்டு, பழங்கள், பிஸ்கட் போன்றவற்றைச் சாப்பிடுவது நல்லது. சரியான நேரத்திற்கு உண்ணும் பழக்கத்தை எக்காரணம் கொண்டும் மாற்றக்கூடாது.

இப்படிச் சீரான நிலைப்பாட்டை மேற்கொண்டால் உடல் ஆரோக்கியம் கெடாது. நினைவாற்றல் குறையாது. ஒருமுறை படித்தாலே நன்றாக நினைவில் நிற்கும்.

இறுதித் தேர்வை மகிழ்ச்சியோடு முடிக்க வேண்டும்

இறுதித் தேர்வு எழுதுவதற்காக அறைக்குள் செல்லும்போது இதுவரை உங்களிடம் இருந்த தேர்வு பயம் அநேகமாக 90 சதவீதம் குறைந்து போயிருக்கும்.

தேர்வை எழுதி முடித்துவிட்டு அறையை விட்டு வெளியே வரும்போது உங்கள் உள்ளம் சந்தோஷத்தில் குதூகலிக்கும். முகம் மலர்ச்சியை வெளிப்படுத்தும். நடையில் ஒரு துள்ளல் இருக்கும். மிகக் கடுமையான இருட்டறைக்குள் இருந்து மீண்டு வெளிச்சத்திற்கு வந்துவிட்டதாக ஒரு ஆனந்தம் தாண்டவமாடும்.

ஆனால் இப்போது ஒன்றை நீங்கள் நினைவில் கொள்ள வேண்டும். அதாவது முதல் தேர்வை எழுதுவதற்காக அறைக்குள் செல்லும்போதும் இதே சந்தோஷ உணர்வை நீங்கள் கொண்டிருக்க வேண்டும். அப்படி இருப்பதற்கு இதுவரை கூறிய விஷயங்களை நீங்கள் கடைப்பிடித்தாலே போதும்.

இறுதித் தேர்வை எழுதிவிட்டு வெளியே வந்ததும் உங்கள் நலன் விரும்பிகள் ‘கங்கிராட்ஸ்’ சொல்லிக் கைகுலுக்குவார்கள். ஆனால் நிஜமாகவே இந்தக் கைகுலுக்கலை நீங்கள் பெறத் தகுதியானவர்கள் தானா என்பதைச் சிந்தித்துப் பார்க்கவேண்டும்.

நன்றாகத் தேர்வு எழுதி இருக்கும் பட்சத்தில் இந்தக் கைகுலுக்கல் உங்கள் மகிழ்ச்சியை இரட்டிப்பாக்கும். திருப்திகரமாகத் தேர்வு எழுதவில்லை என்றால் உங்கள் உதடு மட்டும்தான் நலன்விரும்பிக்கு நன்றி சொல்லுமே தவிர, உள்ளம் உறுத்தும்.

இதுபோன்ற ஒரு நிலை ஏற்படாமல் தவிர்ப்பது நிச்சயமாக உங்கள் கையில்தான் இருக்கிறது. திட்டமிடலும், கடின உழைப்பும், ஆர்வமும்தான் உங்களை வெற்றியை நோக்கி அழைத்துச் செல்லும். அதுதான் உண்மையான மகிழ்வைத் தரும்.

6 மன அழுத்தம்

பொதுத் தேர்வு நெருங்கும் நேரத்தில் மாணவர்களின் முக்கியப் பிரச்சனையாகத் திகழ்வது மன அழுத்தம். இதனை ஒரு சவாலாக நினைத்து எதிர்கொள்ள வேண்டும்.

எதனால் இத்தகைய மன அழுத்தம் ஏற்படுகிறது?

எதிர்காலத்தில் சிறப்பான மேற்படிப்பைத் தீர்மானிப்பது இந்த ஒரேயொரு பொதுத் தேர்வு என்பதே மன அழுத்தத்திற்குக் காரணம் என்கின்றனர் உளவியலாளர்கள்.

இது ஒரு தவறான கல்வி முறையின் பிரதிபலிப்பு என்றாலும் இன்றைய காலக் கட்டத்தில் மாணவர்கள் ஒவ்வொருவரும் இதைக் கடந்தே ஆக வேண்டும்.

தேர்வுக்கு முன்பாக எப்படி மாணவர்களை மன அழுத்தம் பாதிக்கிறதோ, அதுபோல தேர்வு முடிவுகள் வருகிறபோதும் பாதிக்கிறது என்பதுதான் சோகம் தரும் உண்மை.

நன்கு படிக்கிற மாணவராக இருக்கலாம். வகுப்பில் முதலிடத்தை வகிப்பவராகவும் இருக்கலாம். அதிக நினைவாற்றல் படைத்தவராக இருக்கலாம். புத்திசாலியாக இருக்கலாம்.

இப்படி எத்தனையோ 'இருக்கலாம்' இருந்தாலும் உளவியல் ரீதியாகவும் தன்னைத் தயார்படுத்திக் கொள்பவராக இருக்க வேண்டும். எத்தனை சிறந்த மாணவராக இருந்தபோதிலும் அடி மனதிற்குள் தேர்வைக் கண்டு ஒரு அச்ச ரேகை ஓடிக் கொண்டுதான் இருக்கும்.

அதைக் கண்டிப்பாகத் தவிர்க்க வேண்டும். தன்னைத்தானே தைரியப்படுத்திக் கொள்ள வேண்டும். ஊக்கப்படுத்திக் கொள்ள வேண்டும். எதிர்மறை எண்ணங்களை முற்றிலுமாக ஒதுக்கி வைக்க வேண்டும்.

மாணவர்களுக்குத் தன்னம்பிக்கையை ஊட்டுகிற விதத்தில் பெற்றோர்களும், ஆசிரியர்களும் செயல்பட்டால் இன்னும் அதிகப் பலன் கிட்டும்.

மேலும், படிக்கும்போது சில விஷயங்களைச் செய்யக்கூடாது. அவை என்னவென்று பார்க்கலாம்.

கட்டிலில் படுத்துக் கொண்டே படிக்கக் கூடாது. அதேபோல ஈசிசேரில் சாய்ந்தவாறு படிப்பதையும் தவிர்க்க வேண்டும். ஏனென்றால் உங்களை அறியாமல் தூங்கிவிட நேரிடலாம்.

தேர்வுக்கு முதல் நாள் குரூப் ஸ்டடி என்னும் நண்பர்களுடன் சேர்ந்து படிப்பதைத் தவிர்க்கவும்.

புதிதாக வேறு ஏதாவது புத்தகத்தையோ, தொலைந்துபோன குறிப்புகளையோ தேடுகிறேன் என்று பொன்னான நேரத்தை வீணடிக்க வேண்டாம்.

ஏற்கெனவே படித்த பாடத்தைத் தாண்டி வேறு ஏதாவது பாடத்தையோ, கேள்வியையோ படிக்க முயற்சிப்பது கூடாது.

தேர்வு அன்று காலை உணவை அதிகமாகச் சாப்பிட வேண்டாம். அதிகத் தாகம் எடுக்கும் உணவுகளை உட்கொள்வதையும் தவிர்க்கவும். இல்லையென்றால் தேர்வு எழுதுகிறபோது தாகம் எடுத்துக் கொண்டே இருக்கும்.

நிம்மதியாக உங்களால் எழுத முடியாது.

ஏதாவது நொறுக்குத் தீனியைச் சாப்பிட்டுக் கொண்டே படிப்பது தவறான பழக்கம்.

தேர்வு அறைக்கு வெளியே நின்று கொண்டு பதற்றத்துடன் வேகவேகமாகப் பாடங்களைப் புரட்டிப் பார்ப்பது தவறானது. அது உங்களை வெகுவாகக் குழப்பிவிடும். நன்றாகப் படித்திருந்ததைக்கூட மறந்துவிட்டதைப் போன்ற உணர்வு தோன்றிவிடும்.

வினாத்தாளைக் கையில் வாங்கியதும் கவனம் அதன் மீது மட்டுமே இருக்க வேண்டும். அங்குமிங்கும் திரும்பி உங்கள் நண்பர் களைப் பார்க்காதீர்கள். அது உங்களைக் குழப்பிவிடும்.

நன்றாகப் படித்த கேள்வி வந்திருக்கலாம். ஆனால் அப்போது அதற்கான பதில் தொண்டை வரை இருக்கும். வெளியே வராது. பரவாயில்லை. அடுத்த கேள்விக்கான பதிலை எழுதத் தொடங்குங்கள்.

திடீரென்று அதற்கான பதில் உங்களை அறியாமலேயே உங்களுக்குத் தெரியவரும். இதைவிடுத்து அருகில் இருக்கும் நண்பர்களிடம் கேட்பது தப்பு.

கேள்வித் தாளில் ஏதாவது சந்தேகம் இருந்தாலோ, கூடுதலாக விடைத்தாள் தேவைப்பட்டாலோ 'சார்..' என்று கூச்சலிட்டு ஆசிரி யரை அழைக்க வேண்டாம். மாறாக கைகளை மட்டும் உயர்த்தினால் போதும். ஆசிரியர் அருகில் வந்து விசாரித்து வேண்டியதைச் செய்து கொடுப்பார்.

சிலர் விடைத்தாளில் எழுதுவதற்கு முன்பு தங்களின் பிடித்த மான கடவுளை நமஸ்கரித்துவிட்டு பிள்ளையார் சுழி, சிலுவை போன்ற அடையாளக் குறிகளைப் போடுவது உண்டு. ஆனால் இந்தப் பழக்கம் தவறானது.

விடைத்தாள்களில் பக்கங்களின் எண்களைப் பிழையின்றி சரியாக எழுதவும்.

கேள்விகளின் எண்களையும் சரியாக எழுத வேண்டும். தப்பாக எழுதினால் மதிப்பெண்கள் கிடைக்காமல் போய்விடும் ஆபத்து உண்டு.

விடைத்தாள்களில் அடித்தல் திருத்தல் இல்லாமல் இருக்க வேண்டும்.

வினாத்தாளில் தேவையில்லாமல் எதையும் எழுதுவது கூடாது.

விடைத்தாளை சேதப்படுத்துதல் தவறானது.

விடைத்தாள் புத்தகத்தின் எந்தத் தாளையும் கிழிப்பது கூடாது.

கண்காணிப்பாளரிடம் தேவையில்லாமல் வாக்குவாதம் செய்வது தவறு.

எழுதி முடித்துவிட்டு வெளியே வந்ததும் அதை மறந்துவிட வேண்டும். அடுத்த தேர்வைப் பற்றி மட்டுமே நினைக்க வேண்டும். அதைவிடுத்து தேர்வு அறைக்கு வெளியே நின்றுகொண்டு சக தோழர்களிடம் எழுதிய பதில்களைப் பற்றி விவாதிப்பது வேண்டாம். சரியான பதிலைக்கூடத் தவறு என்று நண்பர்கள் திசை திருப்பி விடுவார்கள். அது உங்கள் நிம்மதியைக் குலைத்துவிடும்.

தேர்வு அறையில் நீங்கள் கண்டிப்பாகக் கடைப்பிடிக்க வேண்டிய சில விஷயங்களும் உண்டு. அவற்றைப் பார்க்கலாம்.

தேர்வு மையத்திற்கு அரை மணி நேரத்திற்கு முன்னதாகச் சென்றுவிட வேண்டும். ஹால் டிக்கட்டை மறக்காமல் உடன்

எடுத்துச் செல்ல வேண்டும். மறந்தும் ஏதேனும் துண்டுச் சீட்டுக்கள் பையில் இல்லாமல் பார்த்துக் கொள்ள வேண்டும். அப்படியே இருந்தால் தூக்கிக் கடாசி விடவேண்டும்.

விடைத்தாளில் மார்ஜின் விட்டு எழுத வேண்டும்.

விடைத்தாளின் முகப்பில் மறக்காமல் உரிய இடத்தில் உங்கள் கையெழுத்தைப் பதிவு செய்ய வேண்டும்.

ஒரு பக்கத்தில் குறைந்தது 20 முதல் 25 வரிகள் எழுத வேண்டும்.

இருபுறமும் கண்டிப்பாக எழுத வேண்டும்.

நீலம் அல்லது கருப்பு மையால் ஆன பேனாவைப் பயன்படுத்தி விடை எழுதவும்.

ஒரு கேள்விக்கான விடை எழுதி முடிந்ததும் சற்று இடைவெளி விட்டு அடுத்த கேள்விக்கான விடையை எழுதத் தொடங்கவும்.

எழுதாத பக்கங்கள் இருந்தால் அவற்றின் குறுக்கே நீண்ட கோடு இடுவது அவசியம்.

கணிதத் தேர்வின்போது விடைத்தாளின் கீழ்ப் பகுதியை கணக்கைச் செய்து பார்ப்பதற்கு ஒதுக்க வேண்டும்.

கணிதப் பாடத்தைப் பொறுத்தமட்டில் சூத்திரங்களை மனப் பாடம் செய்வதோடு நன்றாக எழுதிப் பார்த்து பயிற்சி செய்ய வேண்டும். பெரும்பாலும் எடுத்துக்காட்டு பகுதியில் இருந்தே வினாக்கள் கேட்கப்படுகின்றன. எனவே அவற்றைக் கவனமாகப் படிக்கவும். முக்கியமாக கணிதத்தில் 'ஸ்டெப்ஸ்' மிக முக்கியம் என்பதை எப்போதும் மறந்துவிடவே கூடாது.

துணைத் தலைப்புகளை அடிக்கோடிட்டுத் தெளிவாகத் தெரிகிற மாதிரி செய்ய வேண்டும்.

வரைபடத்தில் வண்ண நிறத்தாலான பென்சிலைப் பயன்படுத்தவும்.

கிராப் வரையும்போது அளவுகளை மறக்காமல் குறிக்க வேண்டும்.

கண்காணிப்பாளரின் அனுமதியோடு லாக் புத்தகத்தைப் பயன்படுத்தலாம்.

சீக்கிரம் எழுதி முடித்துவிட்டால் உடனே கண்காணிப்பாளரிடம் கொடுத்துவிட்டு வெளியேற அவசரப்படாதீர்கள். நிதானமாக எழுதியவற்றை ஒருமுறை நன்றாகச் சரிபார்ப்பது நல்லது.

தேர்வு முடிந்ததும் நண்பர்களுடன் ஊர் சுற்றாமல் நேராக வீட்டிற்குச் செல்ல வேண்டும். நன்றாக ஓய்வெடுத்துவிட்டுப் பின்னர் அடுத்த தேர்வுக்கு உங்களைத் தயார் செய்ய வேண்டும்.

பன்னிரெண்டு மாதங்களாக நீங்கள் உழைத்த உழைப்பை எடை பார்ப்பதற்காக உங்களுக்கு அளிக்கப்பட்டுள்ள கால அளவு இரண்டரை அல்லது மூன்று மணி நேரம் மட்டுமே.

இதை எப்போதும் நினைவில் வைத்துக் கொள்ள வேண்டும். எனவே தெரிந்த வினாக்கள் என்னென்ன இருக்கிறதோ அவற்றைத் தேர்ந்தெடுத்து பதில் எழுத வேண்டும்.

ஒரு வினாவைத் தேர்வு செய்யும்போது அதற்கு எவ்வளவு நேரம் ஆகும் என்பதை நீங்கள் முன்கூட்டியே கணிப்பது மிக முக்கியம்.

பதில் எழுதுகிறபோது வார்த்தைக்கு வார்த்தை போதிய இடைவெளி விட்டு எழுத வேண்டும். அதேபோல வரிக்கு வரி போதிய இடைவெளி விடுவதும் முக்கியம்.

கையெழுத்து முத்து முத்தாக அழகாக இருக்க வேண்டும்.

இதுபோன்ற பயனுள்ள யோசனைகளைக் கடைப்பிடித்தால் வெற்றி நிச்சயம்.

7 படிக்கும் சூழல்

பாடங்களைப் படிக்கிறபோது அதற்கென்று சில வரைமுறைகள் உள்ளன. செய்யக் கூடியது, செய்யக் கூடாதது என்று இருவகையாக அதனைப் பிரித்துக் கொள்ளலாம். இந்த வரைமுறைகளைக் கட்டாயம் ஒவ்வொரு மாணவனும் கடைப்பிடித்தால் கண்டிப்பாக எதிர்பார்த்த மதிப்பெண்களைக் காட்டிலும் அதிகமாகப் பெறமுடியும்.

படிப்பதற்கான முறைகளை வகுத்துக் கொள்ளும்போது மூளை சுறுசுறுப்பை அடைகிறது. படிக்கும் பாடங்கள் மூளையில் நன்கு பதிகிறது. மறதி என்பதை அது இல்லாமல் செய்து விடுகிறது.

முதலில் மாணவர்கள் செய்யக் கூடியது என்னவென்று நாம் பார்க்கலாம்.

படிக்கிற அறை தேவையான அளவு வெளிச்சமும், நல்ல காற்றோட்டமும் உடையதாக இருத்தல் முக்கியம். ஜன்னல் அல்லது கதவு வழியாக சூரிய ஒளி நேரடியாக அறையில் விழாமல் இருக்க திரைச் சீலைகளைப் பயன்படுத்தலாம். இதனால் அறைக்குள் வெப்பம் அதிகமாக இல்லாமல் வைத்திருக்கலாம்.

இரவு நேரங்களில் படிக்கிறபோது மின்விளக்கின் ஒளி புத்தகத்தின் மீது மட்டுமே நன்றாக விழுகிற மாதிரி இருந்தால் போதும். 25 வாட்ஸ் சக்தியுள்ள மேஜை விளக்கைப் பயன்படுத்திப் படிப்பது சரியான முறையாக இருக்கும்.

வெளிச்சம் மிகவும் குறைவாக இருந்தால் ரொம்பவும் கூர்ந்து படிக்க வேண்டிய கட்டாயம் ஏற்படுகிறது. இதனால் சுமை அதிகமாகி கண்கள் சோர்வடைகின்றன.

அதேபோல கண்களின் மீது வெளிச்சம் நேரடியாக விழாமல் பார்த்துக் கொள்வதும் நல்லது. கண்களின் மீது நேரடியாக வெளிச்சம் விழுந்தால் கண்கள் சற்று நேரத்தில் சோர்வடையக் கூடும்.

வண்ண விளக்குகள் இல்லாமல் சாதாரண விளக்கொளியே போதுமானது.

படிக்கும்போது கண்களுக்கும் புத்தகத்திற்கும் இடைப்பட்ட இடைவெளி 25 முதல் 35 செ.மீ. இருப்பது அவசியம்.

அப்துல் கலாம், தாமஸ் ஆல்வா எடிசன், ஐன்ஸ்டீன் போன்ற அறிவியல் மேதைகள் உதிர்த்த வாசகங்களில் உங்கள் மனம் கவர்ந்த வாசகங்களை மிகப் பெரிய எழுத்துக்களில் அறையில் எழுதி வைப்பது நல்லது. அதனை அடிக்கடி பார்க்க நேரிடுவதால் எதிர்காலத்தில் அவர்களைப் போன்ற சாதனையாளர்களாக வரவேண்டும் என்ற ஆர்வம் நெருப்புப் பொறியாக உங்களுக்குள் எழுந்து நிற்கும்.

இந்த அறிஞர்களின் புகைப்படங்களையும் பெரிதாக அறையில் வைத்திருப்பதும் உங்களுக்குள் ஒரு இலட்சிய வெறியை ஏற்படுத்த உதவும்.

அதேபோல தேர்வைப் பொறுத்தமட்டில் ஒவ்வொரு மாணவர்களுக்கும் ஒவ்வொரு விதமான எதிர்பார்ப்பு இருக்கும். அதாவது எந்தெந்த பாடத்தில் என்னென்ன மதிப்பெண்களைப் பெற வேண்டும் என்ற எதிர்பார்ப்பு நிச்சயமாக இருக்கும்.

அதனையும் பெரிய பெரிய எழுத்துக்களில் எழுதி உங்கள் கண்களில் தினமும் படும்படியாக வைக்கவும். இதனைப் பார்க்கிற போதெல்லாம், 'என்னால் இந்த மதிப்பெண்களை நிச்சயமாகப் பெற முடியும். அதற்காக இப்போதிருந்தே கடுமையாக உழைக்கத் தொடங்கி விட்டேன்' என்று எண்ணுங்கள்.

இந்த வகையான மந்திரச் சொற்களை அடிக்கடி சொல்லிக் கொண்டே இருந்தால் அதுவே உங்கள் மனதில் அழுத்தமாகப் பதிந்து விடும். இதுவே நீங்கள் அதிக மதிப்பெண்களைப் பெறுவதற்கு உறுதுணையாக இருக்கும்.

படிப்பதற்கு நேரம் காலம் என்பது முக்கியம் கிடையாது. சிலருக்கு அதிகாலையில் எழுந்து படிப்பது பிடிக்கும். இன்னும் சிலருக்கு நள்ளிரவு வரை படிப்பதில் ஆர்வம் இருக்கும்.

இதில் எது சரி, எது தவறு என்பது விவாதத்திற்கு அப்பாற் பட்டதுதான். இருந்தபோதிலும் ஒரு உண்மையைச் சொல்ல வேண்டிய கடமை உள்ளது.

அதாவது அதிகாலை நேரத்தில் பெருமளவில் மாசு குறைந்து காற்று ரொம்பவும் சுத்தமாக இருக்கும். வான்வெளியில் ஓசோன் படலம் சிறிதளவு கீழிறங்கி வரும். காற்றில் பிராண வாயு அதிகளவில் இருக்கும். குறிப்பாக மார்கழி மாதத்தில் ஓசோன் படலம் நன்றாகக் கீழிறங்கி அதிகப் பிராணவாயுவைத் தருகிறது.

மூளையின் இயக்கத்திற்கு பிராண வாயுவும், குளுகோஸும் தேவை. அது அதிகாலை நேரத்தில் கிடைக்கிறது. எனவே நள்ளிரவைக் காட்டிலும் அதிகாலையில் படிப்பது, கவனம் மற்றும் மூளை கிரகிக்கும் சக்தி ஆகியவற்றை நல்ல முறையில் அமைக்க உதவுகிறது. இதனால் அதிகாலைப் படிப்பு, நள்ளிரவு படிப்பைவிடவும் சற்றே முதலிடத்தை வகிக்கிறது.

அதிகாலையில் எழுந்து படிப்பது நல்ல பலனைத் தரும். ஆனால் நிறைய பேருக்கு அதிகாலையில் எழுவது என்பது மிகப் பயங்கர தண்டனையாக இருக்கத்தான் செய்யும். ஆனாலும் தொடர்ந்து முயற்சி செய்து வந்தால் பலன் கிடைக்கும்.

மேலும் படிக்கும்போது கிழக்கு அல்லது வடகிழக்கு நோக்கி அமர்ந்து படித்தால் நல்ல நேர்மறை சக்தி கிடைக்கும் என்கின்றனர் அறிவியலாளர்கள்.

தேர்வுக் காலங்களில் பாடங்கள் முழுவதையும் படிப்பது என்பது நடைமுறை சாத்தியம் இல்லை. படிக்கும்போது

குறிப்புகளை எழுதி வைத்திருந்தால் அது தேர்வுக் காலங்களில் நிச்சயமாக உங்களுக்குக் கைகொடுக்கும்.

பாடங்களைப் படித்து முடித்ததும் கடந்த சில ஆண்டுகளின் வினாத்தாள்களை வைத்துக்கொண்டு நீங்களாகத் தேர்வு எழுதிப் பார்க்கலாம். முடிந்தால் நண்பர்கள் சிலருடன் இணைந்தும் இந்தப் பயிற்சியை மேற்கொள்ளலாம். வீடு தானே என்று நினைத்து எக்காரணம் கொண்டும் புத்தகத்தைத் திறந்து பார்த்து பதில் எழுதவே கூடாது.

இது தேர்வுக்கான நல்ல முன்முயற்சியாக இருக்கும். தேர்வைப் போலவே உரிய நேரத்திற்குள் எழுதி முடித்துவிட வேண்டும். பின்னர் உங்கள் விடைத்தாளை வேறு நண்பரைக் கொண்டு திருத்தி மதிப்பெண்கள் தரச் செய்தால் தேர்வுக்கு நீங்கள் எந்த அளவிற்குத் தயாராகி இருக்கிறீர்கள் என்பதை நீங்களே நன்றாகப் புரிந்து கொள்ளலாம்.

ஒருவேளை நல்ல மதிப்பெண்களைப் பெற முடியாமல் போனால் மீண்டும் நன்றாகப் படித்து மறுபடியும் இதே போன்ற தேர்வை எழுதினால் பொதுத் தேர்வு உங்களுக்குச் சுமையாக இல்லாமல் சுகமாக இருக்கும்.

நிறைய பக்கங்கள் எழுதினால்தான் அதிக மதிப்பெண்கள் கிடைக்கும் என்பது பொதுவாக அனைவரிடமும் நிலவும் தவறான கருத்தாகும். எந்த ஆசிரியரும் பக்கங்களைப் பார்த்து மதிப்பெண்கள் தருவதில்லை. விடையில் காணப்படும் முக்கிய கருத்துக்களுக்கு மட்டுமே மதிப்பெண்கள் தருவார்கள் என்பதை நீங்கள் அவசியம் புரிந்துகொள்ள வேண்டும்.

தொடர்ச்சியாக சுமார் 40 முதல் 45 நிமிடங்கள் வரை மட்டுமே ஒரு மாணவனின் உள்வாங்கும் திறன் உள்ளதாக அறிவியலாளர்கள் தெரிவிக்கின்றனர்.

இதனால்தான் பள்ளியில் 40 அல்லது 45 நிமிடங்களில் ஒரு பாடம் முடிந்து அடுத்த பாடத்தைக் கற்றுத்தர வேறொரு ஆசிரியர் வருகிறார். அதாவது ஒரு பீரியட் முடிந்து விடுகிறது.

எனவே தினமும் சுமார் முக்கால் மணி நேரம் தொடர்ந்து படித்தால் ஏற்கெனவே கூறியதைப்போல ஐந்து அல்லது பத்து நிமிடங்கள் இடைவெளி விடவேண்டும். அதுதான் மூளையை சுறுசுறுப்பாக வைத்திருக்க உதவும். பாடங்கள் மனதில் நன்றாகப் பதிந்து நிற்கும்.

கல்வி கற்பதை மூன்று வகையாகப் பிரிக்கலாம். கூர்ந்து கவனித்தல், தொடர்புபடுத்துதல் மற்றும் செயல்படுத்துதல் என்று மூன்று வகைகள் உள்ளன.

ஒரு பாடத்தைப் படிக்கிறபோது அதில் எதனைப் பற்றிய கருத்துக்கள் அடங்கியுள்ளன, எவ்வாறு அதைப்பற்றித் தெரிவிக்கப் பட்டுள்ளது போன்ற விவரங்களைக் கவனத்துடன் படிப்பதைக் கூர்ந்து கவனித்தல் எனலாம்.

புதிய பாடங்களைப் படிக்கிறபோது அதில் தெரிவிக்கப்பட்டுள்ள புதிய விஷயங்களை உங்களுக்கு நன்கு தெரிந்த ஏதாவது ஒன்றோடு தொடர்புபடுத்திக் கொள்ள வேண்டும். அப்போது நீங்கள் படித்தது உங்கள் நினைவில் நன்றாகப் பதிந்து நிற்கும். மறக்கவே மறக்காது.

உதாரணமாக திருக்குறள் பாடத்தைப் படிக்கிறீர்கள் என்று வைத்துக் கொள்வோம். அதில், 'துப்பார்க்குத் துப்பாய துப்பாக்கி...' என்றொரு குறள் மனப்பாடம் செய்ய வேண்டும் என்று வைத்துக் கொள்ளுங்கள்.

இக்குறள் உங்கள் நினைவில் நிற்பதற்கு 'துப்பாக்கி' என்னும் திரைப்படத்தோடு குறளைத் தொடர்புபடுத்திக் கொள்ளுங்கள். எளிதாக இருக்கும். உங்கள் நினைவைவிட்டு இது அகலாது.

இதைத் தொடர்புபடுத்தல் என்று கூறலாம்.

நாம் புதிதாகக் கற்றுக் கொண்டதைத் தகுந்த சூழ்நிலைகள் வரும்போது அதனைப் பயன்படுத்த வேண்டும். இதையே செயல் படுத்துதல் என்கிறோம்.

உதாரணமாக கீதையில் வரும், ‘கடமையைச் செய்; பலனை எதிர்பாராதே’ என்ற வாசகம் உங்கள் பாடத்தில் உள்ளது என்று வைத்துக் கொள்ளுங்கள். அதனை நீங்கள் நன்றாக நினைவில் வைத்துக் கொள்ள வேண்டும் என்றால் அதற்கு ஓர் எளிய வழி உள்ளது.

அதாவது பேச்சுப் போட்டிகளின் போதும், கடிதங்கள் எழுதுகிற போதும், நண்பர்களிடம் அளவளாவும்போது இதனைப் பயன்படுத்தி வர வேண்டும்.

அப்படிச் செய்தால் அந்த வாசகம் உங்கள் நெஞ்சை விட்டு நீங்கவே நீங்காது.

மேலும் படிப்பதற்கு இன்னும் சில வழிமுறைகளையும் நீங்கள் கடைப்பிடிக்க வேண்டும்.

முதலில் பாடங்களை மேலோட்டமாகப் படிக்க வேண்டும். தலைப்புகளையும், துணைத் தலைப்புகளையும் நன்றாக நினைவில் நிறுத்திக் கொள்ள வேண்டும்.

மீண்டும் பாடத்தைப் படிக்க வேண்டும். அப்போது அந்தப் பாடத்தைப் பற்றிய சில சந்தேகங்கள் எழுந்து உங்களுக்குள் கேள்விகள் எழுந்து நிற்க வேண்டும்.

அப்போதுதான் நீங்கள் அந்தப் பாடத்தை நன்றாக உள்வாங்கிப் படித்திருப்பதாகப் பொருள்படும்.

சிலபேர் படிக்கும்போது நிறைய அடிக்கோடு இடுவதை வழக்கமாகக் கொண்டிருப்பார்கள். அடுத்த முறை அந்தப் பாடத்தை நீங்கள் வாசிக்கும்போது இது ஏராளமான குழப்பத்தைத் தரும்.

எனவே இவ்வாறு அடிக்கோடு இடுவதை முடிந்தவரையில் தவிர்த்து விட வேண்டும்.

பாடத்தை நன்றாக வாசித்து முடித்தவுடன் கண்களை மூடிக் கொண்டு அதில் முக்கியமானவற்றை ஒருமுறை சொல்லிப் பார்க்க வேண்டும். இது நினைவில் அழுத்தமாகப் பதிந்திருக்க உதவும்.

பொதுவாகக் கற்றுக் கொள்வது என்பது மூன்று வழிமுறை களைக் கொண்டது. ஒன்று பார்த்துக் கற்பது, இரண்டு கேட்டுக் கற்பது, மூன்றாவது செய்து கற்பது.

பார்த்துக் கற்பது என்பது படிக்க வேண்டியதைப் படங்களாக வரைந்து மனதில் பதிய வைத்துக் கொள்வது என்று பொருள்படும்.

கேட்டுக் கற்பது என்பது செவி வழியாகக் கேட்டாலே அது அவர்கள் மூளையில் நன்றாகப் பதிந்துவிடும்.

பாடங்களை ஒலி நாடா வடிவில் பதிவு செய்து கேட்டுப் படிப்பதைக் குறிப்பிடலாம்.

செய்து கற்பது என்பது படிக்க வேண்டிய பாடங்களை எழுதிப் பார்த்து படிப்பதாகும்.

இவ்வாறு படித்த பாடங்கள் மறக்காமல் மனதில் நிலைத்து நிற்பதற்கு மீண்டும் ஓரிரு முறைகள் அதனைத் திரும்பவும் படிப்பது கட்டாயம்.

அதிலும் படிப்பதைவிட மனதில் அந்தப் பாடங்களை மீண்டும் கொண்டுவந்து அசைபோடுவதே மிகுந்த பலனளிக்கும்.

நீங்கள் பேருந்திலோ, ரயிலிலோ பள்ளிக்குச் செல்கிறீர்கள் என்றால், அவ்வாறு பயணிக்கும்போது மனதில் அந்தப் பாடங்களை அசை போடலாம்.

அதேபோல மதிய உணவு உண்டுவிட்டு ரிலாக்ஸாக சற்று நேரம் ஓய்வெடுக்க வேண்டும். அந்த நேரத்தில் இதனை மனதிற்குள் அசை போட்டுப் பார்க்கலாம்.

மேலும் இரவு தூங்கப் போவதற்கு முன்பு அவசியம் இதனை அசை போடுவதற்கு நேரம் ஒதுக்க வேண்டியதும் அவசியம். அவ்வாறு நினைவுபடுத்திப் பார்ப்பதால் எக்காரணம் கொண்டும், எந்நிலையிலும் அந்தப் பாடங்கள் உங்கள் மனதை விட்டு நீங்கவே நீங்காது.

தூங்குகிற நேரத்தில் மூளையானது தகவல்களைத் தற்காலிக நினைவுப் பதிவிற்குப் பதிலாக நிரந்தர நினைவுப் பதிவில் நன்றாகப் பதிவு செய்து வைக்கும். இதனால் நினைவாற்றல் அதிகரிக்கிறது. மூளை சுறுசுறுப்பாகவும் செயல்படுகிறது.

எனவே தினந்தோறும் இரவு நேரத்தில் படுக்கையில் படித்த பாடங்களை இவ்வாறு மனதிற்குள் அசைபோடுவது நல்லது.

மனம் பாடத்தில் முழுகவனத்தோடு இருப்பதற்கு சிறிய அளவிலான மூச்சுப் பயிற்சியைத் தினமும் செய்துவர வேண்டும். முதுகுத்தண்டு, கழுத்து, தலை ஆகிய மூன்று உறுப்புகளும் ஒரே நேர்கோட்டில் இருக்கிற மாதிரி அமர்ந்திருக்க வேண்டும். கண்களை லேசாக மூடியவாறு மூச்சுக் காற்றை மெதுவாக உள்ளே இழுத்து வெளியே விடவேண்டும்.

இவ்வாறு பத்து நிமிடங்கள் மூச்சுப் பயிற்சி செய்ய வேண்டும். அப்போது உங்கள் மனம் மூச்சுக் காற்றின் மீதே இருக்க வேண்டும்.

தினமும் காலை, மதியம், மாலை, இரவு ஆகிய வேளைகளில் இந்தப் பயிற்சியைச் செய்து வருவது நல்லது.

பயிற்சியின்போது, 'நான் நன்றாகப் படிப்பேன். பாடங்கள் என் நினைவில் அழுத்தமாகப் பதிந்துவிடுகிறது. தேர்வை நன்றாக எழுதி நிறைய மதிப்பெண்களை அள்ளுவேன்' என்று ஒரு ஸ்லோகத்தைப் போல சொல்லிக் கொண்டே இருக்க வேண்டும்.

இதுவே உங்களுக்குள் அற்புதமான தன்னம்பிக்கையை ஏற்படுத்தும். படிப்பில் ஆர்வம் துளிர்க்கும். உண்மையிலேயே நிறைய மதிப்பெண்களைப் பெற்று உயர்வடைய முடியும்.

தேர்வுக் காலங்களில் உணவில் மிகவும் கவனமாக இருக்க வேண்டும் என்பதை ஏற்கெனவே பார்த்தோம். அதேபோல மைதா மாவில் தயாரிக்கும் உணவுப் பொருட்களை விடுத்து மற்றபடி காய்கறிகள், பழங்களை அதிகம் சேர்த்துக் கொள்ள வேண்டும்.

எண்ணெயில் பொரித்த உணவைச் சேர்க்கக்கூடாது என்பது சரிதான். ஆனாலும் தினமும் சுமார் ஐந்து தேக்கரண்டி அளவு

எண்ணெய் சேர்த்துக் கொள்ள வேண்டியது அவசியம். இது நோய் எதிர்ப்பு சக்தியைத் தருவதற்குப் பயன்படும். மேலும் தோல் பாதிப்படையாமல் பாதுகாக்க உதவும். அத்துடன் கொழுப்புச் சத்தும் ஓரளவிற்குத் தேவை என்பதையும் புரிந்து கொள்ளுங்கள்.

தேர்வு நேரங்களில் அறைக்குள்ளேயே முடங்கிக் கிடந்து படிப்பதால் மனம் இறுக்கமாக இருக்கும். இதனைத் தவிர்ப்பதற்கு காலை மற்றும் மாலையில் சுமார் பதினைந்து நிமிடங்கள் நடைப் பயிற்சி மேற்கொள்வது சிறப்புடையது.

படித்துக் கொண்டிருக்கும்போது ஒரு மணி நேரத்திற்கு ஒரு தடவை வீட்டைச் சுற்றி ரவுண்ட் அடிக்கலாம். அல்லது பக்கத்தில் கடைக்குச் சென்று வரலாம். மொட்டை மாடியில் சுற்றலாம்.

இவை மனச் சோர்வைப் போக்கி புத்துணர்ச்சியை ஏற்படுத்தும். படிப்பு மூளையில் அழுத்தமாகப் பதிந்துவிடும்.

சின்னச் சின்ன உடற்பயிற்சிகள் செய்யலாம். கடினமான உடற்பயிற்சிகளை தேர்வுக் காலங்களில் தவிர்ப்பது நல்லது.

தண்ணீரை அடிக்கடிக் குடித்துக் கொண்டே இருக்க வேண்டும். காரணம் உடலை நீர்ச்சத்துடன் வைத்திருக்க வேண்டியது மிகவும் முக்கியம். நீர்ச்சத்து குறைந்தால் தலைவலி, உடல்வலி போன்றவை ஏற்பட்டு உங்களைத் துன்புறுத்தும். எனவே தினமும் இரண்டு லிட்டர் வரை தண்ணீர் பருக வேண்டும்.

தேர்வு நேரங்களில் உங்கள் உணவுப் பட்டியல் எவ்வாறு அமைய வேண்டும் என்று டயட்டீஷியன் கூறுகிறார்கள் தெரியுமா?

காலையில் சாம்பாருடன் மூன்று இட்லி அல்லது இரண்டு தோசை சாப்பிடலாம். அல்லது வெஜிடபிள் சான்ட்விச், முட்டை, ஒரு பழம் ஆகியவற்றைச் சாப்பிடலாம்.

முற்பகலில் சர்க்கரை சேர்க்காமல் பழச்சாறு அல்லது மோர் ஒரு டம்ளர் பருகுவது நல்லது.

சாதம் மிகச் சிறிதளவே சேர்த்துக் கொள்ளலாம். அல்லது இரண்டு சப்பாத்தி மட்டும் சாப்பிடலாம். இதனுடன் வேகவைத்த கொண்டைக்கடலை அல்லது சிக்கன் அல்லது வேக வைத்த மீன் ஆகியவற்றில் ஏதேனும் ஒன்றையும் பொரியல் மற்றும் சாலட் ஆகியவற்றையும் சேர்த்து உண்பது நல்லது.

இது மதிய உணவுக்குப் பிறகு வரும் தூக்கத்தைத் தவிர்க்கும்.

மாலை வேளையில் வறுத்த பயறு அல்லது கடலை அல்லது பொரி ஆகியவற்றில் ஏதாவதொன்றைச் சாப்பிடலாம்.

இரவு நேர உணவாக கேழ்வரகு, கம்பு தோசை, சட்னி சாம்பாருடன் சிறுதானியப் பொங்கல் ஆகியவற்றில் ஏதாவது ஒன்றை சாப்பிடலாம். படுக்கைக்குச் செல்லும்போது சூடான பால் சாப்பிடுவது நல்லது. அதிலும் நிச்சயமாக இரவு பத்து மணிக்கெல்லாம் படுக்கைக்குச் செல்வது சரியானதாக இருக்கும்.

முன்பே கூறியதைப் போல நேர்மறை எண்ணங்களை அவசியம் பின்பற்ற வேண்டும். நிச்சயமாகத் தேர்வில் வெற்றி பெற்று புதிய வகுப்பிற்குச் செல்லப் போவதாக நினைக்க வேண்டும். புதிய ஆசிரியர், புதிய நண்பர்கள் என்று புதிய உலகத்தைப் பார்க்கப் போவதை நீங்கள் நம்ப வேண்டும்.

இதுபோன்ற எண்ணங்களை மனதிற்குள் கொண்டுவந்தால் அதுவே உங்களுக்குப் புத்துணர்ச்சியைத் தரும். புது வேகத்தைக் கொடுக்கும். புதிய உத்வேகத்தை அளிக்கும்.

மேலும் படிக்க ஆரம்பிக்கும்போதே, 'இந்தப் பாடம் மிகவும் கடினமானது' என்று நினைப்பது தவறு. இது தொடர்ந்து படிக்கும் ஆர்வத்தை உங்களிடமிருந்து பறித்துக் கொள்ளும்.

சில பாடங்கள் ஆரம்பத்தில் படிப்பதற்குக் கடினமாக இருக்கும். தொடர்ந்து இரண்டு அல்லது மூன்று முறை படித்தால்

புரிந்துவிடும். எல்லாப் பாடங்களும் எளிதாக இருக்கும் என்ற கற்பனையை வளர்த்துக் கொள்வது தவறு.

படிக்கும்போது, 'நல்ல முறையில் படித்து சிறப்பாகத் தேர்வு எழுதுவேன்' என்ற நம்பிக்கையை உங்களுக்குள் ஏற்படுத்திக் கொள்ள வேண்டும்.

தேர்வு எழுதத் தொடங்கும்போது நேர்மறை எண்ண அலையை உங்களுக்குள் கொண்டு வரவேண்டும். அது உங்கள் பதற்றத்தையும் அச்சத்தையும் அறவே ஒழித்து நல்ல முறையில் தேர்வு எழுத உதவும்.

படிப்பது ஆசிரியருக்காகவோ, பெற்றோருக்காகவோ கிடையாது. நீங்கள் உங்களுக்காக மட்டுமே படிக்கிறீர்கள். படிப்பின் பலனை நீங்கள்தான் அனுபவிக்கப் போகிறீர்கள்.

நன்றாகப் படித்தால் நல்ல முன்னேற்றத்தை அடையலாம். அந்த முன்னேற்றம் உங்களை இச்சமூகத்தில் மிக உயர்ந்த இடத்தில் வைத்து ஆராதிக்கும்.

நிறைய மதிப்பெண்களைப் பெற்றால் நீங்கள் புத்திசாலியாகவும், அறிவாளியாகவும் போற்றிப் புகழப்படுவீர்கள். மற்றவர்களின் மதிப்பும் மரியாதையும் கலந்த ஒரு அபூர்வ பார்வை உங்கள் மீது விழுந்து கிளுகிளுப்பை அடையச் செய்யும்.

எனவே மற்றவர்களுக்காகப் படிப்பதாக அலுத்துக் கொள்ளா மல் உங்களுக்காகப் படிப்பதாக நினைக்க வேண்டும். அதுதான் உங்களைத் தேர்வில் அதிக மதிப்பெண்களைப் பெறுவதற்கு ஊன்றுகோலாக இருக்கும்.

மாணவர்களுக்கு மிகமிக இன்றியமையாதது நினைவாற்றல். ஆனால் வயதுக்கேற்ற விதமாக வேறு சிலவற்றில் ஏற்படும் ஆர்வம் காரணமாக படிப்பில் நாட்டம் குறையலாம். இதனால் வகுப்பறையில் கவனக்குறைவு ஏற்படும்.

ஆர்வக் குறைவு, அச்சம் ஆகிய இரண்டும் நினைவாற்றலுக்கு முக்கிய எதிரிகள். இவ்விரண்டும் உங்களிடத்தில் காணப்படும் தன்னம்பிக்கையைக் குறைத்து உங்களைச் சோம்பேறியாக்கிவிடும்.

எனவே கவனத்தைச் சிதறவிடாமல் பார்த்துக் கொள்வது ரொம்பவும் முக்கியம்.

இரவில் அதிக நேரம் கண்விழித்துப் படித்து உடம்பைக் கெடுத்துக் கொள்ளாமல் நன்றாகத் தூங்கி ஓய்வெடுப்பது அவசியம். தூங்கும்போது கனவு வரவேண்டும். அதுவும் நீண்ட கனவாக இருக்க வேண்டும். ஏனென்றால் நீண்ட நேரம் கனவு வந்தால் அந்த அளவிற்கு உங்கள் நினைவாற்றலும் அதிகரிக்கும் என்கிறது ஆய்வு ஒன்று.

சரி, கனவு வருவதுபோலத் தூங்குவது எப்படி?

அடிக்கடி தேநீர், காபி போன்றவற்றை அருந்துவதால் தூக்கம் கெட்டுப் போகும். அப்போது குட்டித் தூக்கம் மட்டுமே சாத்தியம். ஆழ்ந்த தூக்கம் இல்லாது போய்விடும். எனவே இவற்றைத் தவிர்க்க வேண்டும்.

ஆழ்ந்த தூக்கத்தில் மட்டுமே கனவுகள் வரும். உங்கள் தூக்கத் தின் ஆழத்தைப் பொறுத்தே கனவின் நேரமும் நீடிக்கும்.

இதுவரை மாணவர்கள் செய்யக்கூடியது என்னவென்று பார்த்தோம். இனிமேல் மாணவர்கள் செய்யக்கூடாதது என்னவென்று நாம் பார்க்கலாம்.

படிக்கிறபோது உடலை நெட்டி முறிப்பது கூடாது. உடம்பைச் சும்மா தேய்த்துக் கொண்டே இருப்பது சிலரது பழக்கமாக இருக்கும். அதுவும் தவறு. உடம்பை அங்கே இங்கே திரும்பி அசைத்துக் கொண்டே இருப்பதும் தவறான பழக்கம்.

சிலர் உரக்கப் படித்தால்தான் மனதில் ஏறும் என்று சொல்லி

தெருமுனை வரையிலும் கேட்கிற மாதிரி உரக்கப் படிப்பார்கள்.

இது நல்ல பழக்கம் கிடையாது.

இன்னும் சிலரோ முணுமுணுத்தவாறே படிப்பார்கள். இதுவும் தவறாகும்.

எதற்காக இவையெல்லாம் தவறான பழக்கம் என்று கூறப் படுகிறது என்று கேட்டால், இதுபோன்ற செயல்பாட்டினால் உங்களது கவனம் சிதற வாய்ப்புண்டு.

மேலும் இதனால் தசை இயக்கச் சக்தி மற்றும் பிராண சக்தி ஆகியவை வீணாகிறது. உடல் தனது சக்தியை இழப்பதோடு மூளையும் சோர்வை அடைகிறது.

உடல் அசைவு காரணமாக எழுத்துக்களின் மேல் கண்கள் பதிந்து நிற்கும் நேரத்தின் அளவு அதிகமாவதால் கண்களும் சோர் வுற்று களைத்துப் போகிறது.

நடந்து கொண்டே படிக்கும் பழக்கம் சிலருக்கு உண்டு. இதுவும் சரியான படிக்கும் முறை கிடையாது.

படிக்கும்போது கண்கள் சரியான அளவில், சரியான தூரத்தில் எழுத்துக்களின் மேல் பதிகிறது. நடந்து கொண்டே படிக்கும்போது உடல் அசைகிறது.

மேடு பள்ளங்களில் நடக்கிறபோது கண்களுக்கும், எழுத்துக்களுக்கும் இடையேயான இடைவெளி மாற்றமடைகிறது. இதனால் விழித்திரையில் ஏற்படும் பதிவும் மாறுகிறது.

இதனால் கண்கள் சோர்வடைவதோடு, மனமும் ஒருமுகப் படுதலை மீறுகிறது. எனவே கவனம் சிதறி மனதில் சரியாகப் பதியாத நிலை ஏற்படுகிறது.

ஒரே இடத்தில் அமர்ந்து படித்தால் தூக்கம் வருகிறது. அதனால்தான் நடந்து கொண்டே படிப்பதாக மாணவர்கள் விளக்கம் தருகிறார்கள். ஆனால் இது தவறான பழக்கம் என்பதே உண்மை.

நீங்கள் படித்த பாடத்தை நடந்து கொண்டே சொல்லிப் பார்க்கலாம். அது தவறு கிடையாது. இதன்மூலம் படித்த பாடம் நன்றாக நினைவில் நிற்கும்.

நினைவாற்றல் இதன்மூலம் அதிகரிக்கவும் செய்யும்.

படுத்துக் கொண்டே படிப்பதும் தவறான பழக்கம். ஏனென்றால் படுக்கையில் படுத்தவுடன் அந்தத் தகவல் மூளையைச் சென்றடைகிறது.

இவ்வாறு படுத்திருப்பதால் உடல் தளர்வாகி உறக்க நிலைக்கு நீங்கள் தயாராகிவிடுகிறீர்கள். இந்தச் செய்தி உங்கள் மூளைக்கு உடனே சென்று விடுகிறது. மூளை உடனே சுறுசுறுப்பாகி உடம்பின் அனைத்து உறுப்புகளுக்கும் இந்தத் தகவலை வேகமாக அனுப்பி வைக்கிறது.

இந்த உத்தரவு கிடைத்ததும் உடல் உறுப்புகள் அனைத்தும் தங்கள் இயக்கத்தைத் தற்காலிகமாக நிறுத்திக் கொண்டு ஓய்வு நிலைக்குச் செல்கின்றன. கண் இமைகள் தானாக மூடுகின்றன. தூக்கத்தில் ஆழ்ந்து போகிறீர்கள்.

இதனால்தான் படுத்துக் கொண்டே படிப்பது தவறான பழக்கம் என்று கூறப்படுகிறது.

தேர்வு எழுதும்போது அடித்தல், திருத்தல் இல்லாமல் அழகிய கையெழுத்துடன் எழுத வேண்டும். தலைப்புகள் கண்டிப்பாகக் கொடுக்கப்பட வேண்டும். செய்யுள் வரிகளை அடிக்கோடிட்டுக் காண்பிப்பது கூடுதல் மதிப்பெண்களைப் பெற்றுத்தரும்.

தமிழ் மொழியின் விடைகளைப் பொறுத்தமட்டில் முன்னுரை, பொருளுரை, உள்தலைப்பு, முடிவுரை என்ற ரீதியில் அமைக்க வேண்டும்.

முதல் தாளில் திருக்குறளுக்கு முக்கியத்துவம் தரவேண்டும்.

இலக்கணத்தை மட்டும் பிழையின்றிச் சரியாக எழுத வேண்டும். முழு மதிப்பெண்களைப் பெற்றுவிடலாம்.

தமிழ் இரண்டாம் தாளைப் பொறுத்தமட்டில் பத்தி பத்தியாக எழுதாமல் கருத்துக்கள் அடிப்படையில் பிரித்து எழுத வேண்டும். முக்கிய சொற்களை அடிக்கோடிட்டுக் காண்பிக்க வேண்டும்.

ஆங்கிலத்தைப் பொறுத்தமட்டில் ஆர்வத்துடன் படித்தால் மட்டுமே நன்றாகப் புரியும். ஒவ்வொரு பாடத்தின் பின்னால் உள்ள கேள்விகளை நன்றாகப் படித்துப் பயிற்சி செய்துகொள்ள வேண்டும்.

கூடுமானவரையில் எழுத்துப் பிழைகள் இல்லாமல் எழுதப் பழக வேண்டும். பிழைகள் இருந்தால் மதிப்பெண்கள் குறைந்து போய்விடும் என்பதை நினைவில் கொள்வது அவசியம்.

கேள்விகளை வேண்டுமென்றே குழப்பிக் கேட்பது வழக்கம். நிறைய பொதுத் தேர்வுகளில் இவ்வாறு நடக்கத்தான் செய்கிறது. கேள்வி புரியவில்லை என்று எதையும் விட்டுவிடக்கூடாது. கண்டிப்பாக அத்தனை கேள்விகளுக்கும் பதில் எழுத வேண்டும்.

படிக்கும் போதே இதே கேள்வியை வேறு மாதிரியாக எப்படிக் கேட்பார்கள் என்றும் யோசிப்பது முக்கியம்.

வேதியியல் பாடங்களில் வரும் சமன்பாடுகளும், கோட்பாடுகளும் மிகவும் கடினமானது என்றொரு கருத்து உண்டு. சமன்பாடுகளை நன்றாக நினைவில் வைத்திருப்பதுபோல படிக்க வேண்டும்.

குறியீடுகள், எண்கள், எழுத்துக்களைத் தெளிவாக எழுத வேண்டும்.

பதில்கள் சுருக்கமாக இருக்க வேண்டும். அதே நேரத்தில் அத்தனை கருத்துக்களும் அதில் இருக்கவும் வேண்டும். இந்த முறையில் உங்களைத் தயார்ப்படுத்திக் கொள்வது அவசியம்.

உயிரியியலைப் பொறுத்தமட்டில் ஆசிரியர் நடத்தும்போது நன்றாகக் கவனித்திருந்தாலும் புத்தகம் முழுவதையும் ஒருமுறை நன்றாகப் படிக்க வேண்டும்.

தேர்வில் மூன்று மதிப்பெண்களுக்கு புத்தகத்தின் பின்புறம் கொடுக்கப்பட்டுள்ள வினாக்களை நன்கு படித்தால் போதுமானது.

சொந்தமாகவும், கற்பனை சேர்த்தும் எழுதுவது தவறு. வினாக்களை ஒருமுறைக்கு இருமுறை நன்றாகப் புரிந்து விளங்கிய பிறகே விடை எழுத வேண்டும்.

தேர்வுக்கு முன்பாக, கடந்த மூன்று ஆண்டுகளுக்கான பொதுத் தேர்வு வினாத்தாள்களுக்கான விடையை குறைந்த பட்சம் பத்து முறையாவது எழுதிப் பார்த்து பயிற்சி செய்திருக்க வேண்டும்.

தாவரவியல் ஒன்றரை மணி நேரம், விலங்கியல் ஒன்றரை மணி நேரம் என்று பிரித்து வைத்துக் கொண்டு தேர்வை எழுதுவது நல்லது.

கம்ப்யூட்டர் சயின்ஸ் பாடம் ரொம்பவும் எளிது. ஒரு மதிப்பெண்ணுக்கான விடையை புத்தகத்தில் உள்ள கேள்விகள் மற்றும் மாதிரி கேள்வித்தாள்களை வைத்து தயார்படுத்திக் கொள்வது நல்லது.

இரண்டு மதிப்பெண்களுக்கான விடைகளை புத்தகத்தில் உள்ளது போலவே எழுத வேண்டும். மாணவர்களைக் குழப்பும் விதமாகக் கேள்விகள் அமைந்திருக்கும் என்பதால் கேள்விகளை நன்கு கவனமாகப் படித்து புரிந்து கொண்ட பின்னரே பதிலை எழுதத் தொடங்க வேண்டும்.

கணிதத்தை நன்கு படித்தால் ஒரு மதிப்பெண் வினாக்களில் சுலபமாக 40 மதிப்பெண்களைத் தட்டிச் சென்றுவிடலாம். முக்கிய வினாக்களைத் தினமும் படிப்பதுடன், கண்டிப்பாக எழுதிப் பார்ப்பதும் முக்கியம்.

கணிதத் தேர்வை எழுதுகிறபோது எக்காரணம் கொண்டும் சூத்திரத்தை மட்டும் எழுத மறக்கவே கூடாது. விடை தவறாக இருந்தாலும் சூத்திரத்திற்காவது மதிப்பெண் கிடைத்துவிடும்.

பொதுவாக ஒரு மதிப்பெண் வினாக்களில் வேகமும் இருக்க வேண்டும். அதே நேரத்தில் விவேகமும் இருக்க வேண்டும். தேர்வுக்கு முன்பு மீண்டும் மீண்டும் எழுதிப் பார்த்து, சிறு தவறுகள் இருந்தால் கூட அதனைத் திருத்தி பயிற்சி மேற்கொள்ள வேண்டும்.

அப்படியானால் முழுமதிப்பெண்களை வாங்குவது எளிது.

குறிப்பாகப் படிக்க வேண்டும் என்ற ஆர்வத்தையும், தன்னம் பிக்கையையும் நிறைய வளர்த்துக் கொள்ள வேண்டியது அவசியம்.

வணிகவியல் பாடத்தில் முழு மதிப்பெண்களைப் பெறுவது எளிதாக முடியும். அதற்கு வினாவின் கருப்பொருள் அறிந்து பதிலை அளிக்க வேண்டும். தேர்வு முடிவதற்கு அரை மணி நேரத்திற்கு முன்பாகவே எழுதி முடித்துவிட வேண்டும். பின்னர் ஒவ்வொரு விடைகளையும் தெளிவாக இன்னொரு முறை படித்துப் பார்த்து பிழைகள் தென்பட்டால் திருத்த வேண்டும்.

ஒரு மதிப்பெண் வினாவில் சிறு கணக்குகள் கேட்கப்படும். இருபது மதிப்பெண் வினாவில் கூட்டல், கழித்தல் கணக்கு சரியாக இருக்க வேண்டும்.

ஒவ்வொரு பகுதியிலும் உள்ள சூத்திரங்களைத் தெளிவாகப் புரிந்து படிக்க வேண்டும். தேர்வு பயன்பாட்டிற்கு கால் குலேட்டரைப் பயன்படுத்தலாம்.

முக்கியமான கேள்விகளுக்கு வரைபடம் வரைய வேண்டியது கட்டாயம். அதேபோல கிராப் பகுதியை முடிந்த வரையில் தவிர்த்து விட வேண்டும்.

இந்தப் பாடத்திற்கு நேர மேலாண்மை மிகவும் அவசியம். வினாத்தாளைக் கையில் வாங்கி ஒருமுறை நன்றாகப் பார்த்ததுமே பதிலை எவ்வாறு, எப்படி, எவ்வளவு நேரத்திற்குள் எழுதி முடிக்க வேண்டும் என்பதை மனதிற்குள் திட்டமிட்டுக் கொண்டு எழுதத் தொடங்க வேண்டும்.

இதனை மட்டும் தெளிவாக மனதில் பதிய வைத்துக் கொள்ள வேண்டும்.

விடை எழுதும் தாளில் முதல் பக்கத்தை நிரப்புகிறபோது நிதானமாகவும் கவனமாகவும் எழுதி நிரப்ப வேண்டும். பதற்றத்தோடு இருந்தால் தவறாக நிரப்ப நேரிடும்.

இன்னும் குறிப்பாகச் சொல்லப்போனால் மாணவர்களுக்குத் தன்னம்பிக்கை வேண்டும். அப்போதுதான் அவர்களால் தேர்வைப் பற்றிய அச்சத்தை வெல்ல முடியும்.

ஆசிரியர்களோ, பெற்றோர்களோ அவர்களது நம்பிக்கையைக் குலைக்கும் வகையில் நடந்து கொள்ளவே கூடாது. பாடங்களை நேசித்துப் படிக்கும் வகையில் அவர்களை மாற்ற முயற்சிக்க வேண்டும்.

இப்படிச் செய்தாலே மாணவர்கள் தேர்வு பயத்தில் இருந்து விடுதலை அடைவார்கள். தேர்வையும் நன்றாக எழுதுவார்கள். எதிர்பார்த்ததைக் காட்டிலும் அதிக மதிப்பெண்களைப் பெற்று வெற்றி பெறுவார்கள்.

8 நேர்முகத் தேர்வு

நம்முடைய முயற்சிக்கும் நம்முடைய இலட்சிய நோக்கிற்கும் இடைப்பட்ட படிக்கட்டு நேர்முகத் தேர்வு. நம்மை உயரத்தில் தூக்கிவிடுவதும் இந்தப் படிக்கட்டு தான். நம்மை தடுக்கி விழ வைத்து கீழே தள்ளிவிடுவதும் இந்தப் படிக்கட்டு தான்.

இந்த உண்மையை எப்போதும், எந்த நொடிப் பொழுதும் மறக்கவே கூடாது.

இன்டர்வியூ என்னும் நேர்முகத் தேர்வில் ஏடாகூடமாகத் தான் கேள்விகள் கேட்பார்கள். நாம் எப்படி எதிர்பார்த்து, நம்மைத் தயார் படுத்திக் கொண்டு சென்றாலும் அவர்களின் கேள்விகள் நம் எதிர்பார்ப்பைத் தாண்டித்தான் இருக்கும்.

ஆக அந்தப் படிக்கட்டு எந்த இடத்தை நோக்கி இருக்கிறது என்பதை நாம் நன்றாகப் புரிந்து கொண்டு அதற்கேற்ப நம்மைத் தயார்படுத்திக் கொள்வதுதான் புத்திசாலித்தனமாக இருக்கும்.

நிறைய பேர் செய்யும் தவறு என்னவென்றால் படிக்கட்டு எதை நோக்கி இருக்கிறது என்பதைப் பார்க்காமல், அதன் முதல் படியை மட்டுமே பார்க்கிறார்கள்.

அந்தப் படியில் எப்படியாவது உறுதியாகவும் அழுத்தமாக வும் கால்களைப் பதித்துவிட்டால் போதும் உயரே சென்று விடலாம் என்று நினைக்கிறார்கள்.

அப்படிக் கிடையாது.

முதல் படிக்கட்டு ஆரம்ப நிலை. அதைத் தாண்டி இன்னும் நிறைய படிகளை நீங்கள் ஏற வேண்டியிருக்கிறது. அந்தப் படிக்கட்டுகளில் ஏறுவதற்கான சக்தி உங்களிடம் இருக்கிறதா என்பதைத் தான் தேர்வாளர்கள் கணிக்கிறார்கள்.

ஆக, உங்களின் இலக்கைப் பற்றிய ஆசையோடு நின்று விடாமல் அதை அடைவதற்கான வழிகளைப் பற்றியும் முன்ன தாகவே நன்றாகத் தெரிந்து வைத்திருக்க வேண்டும். ஏனென்றால் அதற்கு நீங்கள் தகுதியானவராக இருக்கிறீர்களா என்பதை எடை போடும் நிகழ்வுதான் நேர்முகத் தேர்வு.

யு.பி.எஸ்.சி போன்ற போட்டித் தேர்வுகளில் முதன்மை மற்றும் மெயின் தேர்வுகளின் மூலம் போதுமான அளவு நம்முடைய அறிவு சோதிக்கப்படுகிறது.

எனவே நேர்முகத் தேர்வு என்பது நம்முடைய அணுகுமுறை, நேர்மை, மனநிலை ஆகியவற்றை சோதிக்கும் வண்ணமே அமையும். உற்சாகமான, நேர்மையான மனநிலையே போட்டித் தேர்வுகளின் வெற்றிக்கு மிக முக்கியம். அதனை வளர்த்துக் கொள்ள வேண்டும்.

நேர்முகத் தேர்வில் எவ்வாறு நடந்துகொள்ள வேண்டும் என்று அறிந்து கொள்வதற்குத் தனியாகக் கையேடு எதுவும் கிடையாது. அதனை சிறப்பான முறையில் கையாளுவதற்கு தேர்வின் பின்புல அறிவு மட்டுமே நிச்சயம் தேவை.

ஒரு நிறுவனத்துக்கு நேர்முகத் தேர்வுக்குச் செல்லும் முன்பு, அந்த நிறுவனத்தின் பின்புலத்தைப் பற்றித் தெளிவாக அறிந்து வைத்திருக்க வேண்டும். நிறுவனத்தின் தோற்றம், வளர்ச்சி, சாதனைகள், அண்மையில் அந்த நிறுவனம் மேற்கொண்ட திட்டங்கள் ஆகியவை பற்றிய அறிவைத் தேடிப் பெற வேண்டும்.

அந்த நிறுவனத்தின் வளர்ச்சிக்குக் காரணமாக இருந்தவர்கள், இருப்பவர்கள் பற்றிய விவரங்களையும் சேகரித்து அதை நேர்முகத் தேர்வின் போது வெளிப்படுத்துவது உங்களைப் பற்றிய நல்லெண்ணத்தை தேர்வாளர்களிடம் ஏற்படுத்தும்.

தனியார் துறை, அரசுத் துறை என்று எந்தத் துறையானாலும் நேர்முகத் தேர்வுக்குச் செல்லும்போது அந்தத் துறை சார்ந்த ஆழ்ந்த அறிவு மிகவும் அவசியம்.

உதாரணமாக, ஐ.டி. நிறுவனத்துக்கு நேர்முகத் தேர்வுக்குச் செல்லும் முன், அந்த நிறுவனம் குறிப்பாக எந்தப் பிரிவில் அதிக அளவில் அக்கறை காட்டி வருகிறது என்பதைத் தெரிந்து வைத்திருப்பது நல்லது.

அந்தத் துறையில் உள்ள மற்ற நிறுவனங்களைப் பற்றிய அறிவும் பெற்றிருத்தல் அவசியம்.

மற்ற நிறுவனங்களுடன் நாம் செல்லும் நிறுவனம் எந்த அளவுக்கு போட்டியிட்டுக் கொண்டிருக்கிறது என்பன போன்ற விவரங்களை முன்கூட்டியே சேகரித்து வைத்திருப்பது நல்லது.

மேலும் எத்தகைய வியூகங்களைக் கையாண்டு அவர்கள் அந்தத் துறையில் சாதனையாளர்களாக மிளிர்கிறார்கள் என்பதையும் கூடுதலாகத் தெரிந்து கொண்டால் தேர்வாளர்களைக் கவரும் வகையில் சிறப்பாகப் பதிலளிக்க இயலும்.

இணையத்தில் நிறுவனத்தின் வலைத்தளத்திற்குச் சென்றால் அதைப் பற்றிய பல்வேறு தகவல்கள் கொட்டிக் கிடக்கும். அதைப் படித்துத் தெரிந்து கொள்ளலாம்.

தேர்வுக்காகச் செல்லும் நிறுவனத்தைப் பற்றி இணையத்தில் சில தவறான, எதிர்மறையான செய்திகளும் இடம்பெற்றிருக்கலாம். அதைப் படிக்கவே வேண்டாம். அவ்வாறு படித்தாலும் உங்கள் மனத்தில் அதை ஏற்றிக்கொள்ளவும் வேண்டாம்.

இல்லையென்றால் தேர்வின்போது எதிர்மறைக் கருத்துக்கள் உங்கள் மனத்தின் ஓரத்தில் எங்காவது அமர்ந்துகொண்டு முறையாகப் பதிலளிக்க விடாமல் தடுத்துவிடும்.

அதேபோல எந்தப் பணிக்காக நாம் நேர்முகத் தேர்வுக்குச் செல்கிறோமோ அதைப் பற்றிய விரிவான அறிவும் முக்கியம். அந்தப் பணியின் சிறப்பம்சம், முக்கியத்தும், நுட்பம் போன்ற அனைத்தும் தெரிந்து வைத்திருப்பது அவசியம்.

அத்துடன் அந்தப் பணியைத் தேர்ந்தெடுப்பதற்கான காரணம், அதனால் எதிர்காலத்தில் கிடைக்கும் பயன்கள் போன்றவற்றையும் அறிந்து வைத்திருக்க வேண்டும்.

ஒரு நிறுவனத்திற்கு விண்ணப்பிக்கும்போது சுய விவரம் அல்லது தன்குறிப்பை நாம் அளிப்போம். அந்தச் சுய விவரத்தில் இருந்துதான் நேர்முகத் தேர்வில் நம்மிடம் கேள்விகள் கேட்கப்படும்.

எனவே சுய விவரத்தில் நாம் குறிப்பிட்டுள்ளவை பற்றிய தெளிவு நமக்கு மிக முக்கியம். அதுபற்றிய கேள்விகளுக்குத் தயங்காமல், திக்கித் திணறாமல், தெளிவாகவும், அழுத்தமாகவும் பதிலளிக்க வேண்டும்.

நமது சுய விவரம் தெளிவாகவும், விரிவாகவும், தேர்வாளர் களைக் கவரும் விதமாகவும் இருக்க வேண்டும்.

உங்களது சுய விவரக் குறிப்பிற்குத் தொடர்புள்ள, நிறுவனத் தின் தயாரிப்புகள் மற்றும் சேவைகள் குறித்த தகவல்களைத் தெரிந்து கொள்ளவும். கிடைத்த தகவல்களின் அடிப்படையில் அந்த நிறுவனம் குறித்தும், அதன் தயாரிப்புகள், சந்தை அல்லது சூழ்நிலை குறித்தும் கேள்விகள் கேட்கும் விதமாக கேள்விப் பட்டியல் ஒன்றைத் தயாரிப்பதும் நல்லது.

நம்மைச் சார்ந்த பொது அறிவிலும் நாம் விழிப்புடன் இருப்பது முக்கியம்.

அதாவது நமது பெயர்க் காரணம் பற்றிய தெளிவான அறிவு இருக்க வேண்டும். நமது ஊரின் சிறப்பு, நமது பொழுதுபோக்கு, நமக்குப் பிடித்த விளையாட்டு என்பன உள்ளிட்டவற்றில் ஓர் அகன்ற அறிவை வளர்த்துக் கொள்வது அவசியம்.

தேர்வுக்குச் செல்வதற்கு முன்பாக சுய பரிசோதனை செய்து கொள்வது மிக முக்கியம்.

தேர்வுக்கு நாம் முழுவதும் தயாராகி விட்டதை முகக் கண்ணாடி முன்னின்று பேசிப் பார்த்து உறுதி செய்து கொள்ளப் பழகிக் கொள்வது நல்லது.

தேர்வின்போது தேவையான சான்றிதழ்கள், அழைப்புக் கடிதம், ஆவணங்கள் போன்ற அனைத்தையும் முன்கூட்டியே தனித்தனியாக எடுத்து வைத்துக் கொள்ள வேண்டும். தேர்வாளர் கள் கேட்கும்போது பதற்றத்துடன் அவற்றை ரொம்ப நேரம் தேடிக் கொண்டிருக்கக் கூடாது. அது உங்கள் மீதான நம்பிக்கையை இழக்கச் செய்துவிடும்.

முக்கியமாகக் காண்பிக்கப்பட வேண்டிய சான்றிதழ்களை முதலிலும், முக்கியமில்லாத சான்றிதழ்களைத் தனியாகவும் வைத்துக் கொள்ளுங்கள்.

காண்பிக்கப்பட வேண்டிய சான்றிதழ்கள் முறையே

தனித்தனியான லீஃப் பைலில் ஒழுங்குபடுத்தி எடுத்துச் செல்லுங்கள்.

உங்களிடம் இருக்கும் சான்றிதழ்கள், சுய விவரக் குறிப்பு போன்றவற்றின் நகல்கள் இரண்டு காப்பிகளை எடுத்துச் செல்வது நல்லது.

பேப்பர், பேனா, பென்சில் போன்ற பொருட்களையும் தவறாமல் கொண்டு செல்ல வேண்டும். தேர்வாளர்களிடம் தலையைச் சொறிந்து கொண்டு 'பேனா ப்ளீஸ் சார்' என்று கெஞ்சக்கூடாது.

நீங்கள் எடுத்துச் செல்லும் பைல்கள், பொருட்கள் போன்றவற்றை தேர்வாளர்களின் மேஜைமீது வைக்காமல் உங்கள் மடியிலேயே வைத்துக்கொள்ளுங்கள்.

நம் ஊரில் ஒரு பழமொழி உண்டு. 'ஆள் பாதி ஆடை பாதி' என்பார்கள். ஒருவர் அணிந்திருக்கும் ஆடை அவர் மீதான மதிப்பைக் கூட்டும். மோசமான உடை அணிந்து சென்றால் தவறான எண்ணத்தை ஏற்படுத்திவிடும்.

எனவே நேர்முகத் தேர்வுக்குச் செல்லும்போது கண்ணுக்கு அழகாகவும், சுத்தமாகவும், இஸ்திரி செய்தும் உடைகள் இருக்க வேண்டும். குறிப்பாக அருவருப்பான வாசகங்கள் எழுதப்பட்ட சட்டைகளை அணிந்து செல்லவே கூடாது.

புத்தம் புதிய ஆடைகளை அணிந்து செல்வதைத் தவிர்த்துக் கொள்ளுங்கள். ஏனெனில் புதிய ஆடை என்பதால் அதை நீங்கள் அன்றுதான் முதன்முதலாகப் பயன்படுத்துவீர்கள். அது எந்த அளவிற்கு உங்களுடன் ஒத்துழைக்கும் என்பதை அறியமாட்டீர் கள்.

குறிப்பாகத் தேர்வாளர்களுக்கு முகச்சுளிப்பை ஏற்படுத்தும் ஆடைகளை அணிந்து செல்வதைத் தவிர்த்தல் நல்லது.

இவ்வாறு நீங்கள் அணிந்து செல்லும் ஆடை உங்களுடைய ஒழுங்கு மற்றும் தன்னடக்கத்தை வெளிப்படுத்தும் அளவிற்கு இருக்க வேண்டும் என்பதில் கவனமாக இருக்க வேண்டும்.

நேர்முகத் தேர்வு ஒரு அறைக்குள்தான் நடக்கும் என்று எதிர்பார்க்கக் கூடாது. அலுவலகக் கட்டிடத்திற்குள் நுழைந்ததில் இருந்தே நீங்கள் கண்காணிக்கப்படலாம். இப்போதுதான் எங்கு பார்த்தாலும் சிசிடிவி கேமராக்கள் பொருத்தப்பட்டுள்ளனவே.

தேர்வுக்காகக் காத்திருக்கும் அறையில் இருந்துகூட உங்களின் நேர்முகத் தேர்வு தொடங்கலாம். ஆகவே காத்திருப்பு அறையில் மிகவும் கவனமாகவும் எச்சரிக்கையுடனும் இருப்பது நல்லது.

காத்திருப்பு அறையில் இருக்கும்போது நமது பொறுமை, சக போட்டியாளர்களுடன் நடந்து கொள்ளும் முறை போன்ற அனைத்தும் கேமரா மூலமாகக் கவனிக்கப்படுவதற்கும் வாய்ப்பு உண்டு.

எனவே காத்திருப்பு அறையில் சக போட்டியாளர்களிடம் தேவையற்ற சமாச்சாரங்களைப் பேசுவதைத் தவிர்க்க வேண்டும். மற்றவர்களுக்குத் தொந்தரவு தரும் வகையில் செல்பேசியில் வள வளவென்று பேசுவது கூடாது. அடிக்கடி எழுந்து அங்குமிங்கும் நடந்து கொண்டிருப்பதும் தவறு.

நேர்முகத் தேர்வு அறைக்கு வெளியேயும் நீங்கள் உன்னிப்பாக கவனிக்கப்படுகிறீர்கள் என்பதை நினைவில் வைத்துக் கொண்டு அதற்கேற்ப நடந்து கொள்ள வேண்டும்.

நேர்முகத் தேர்வு அறைக்குள் நுழைவதற்கு முன் அனுமதி கேட்டுவிட்டு நுழைய வேண்டும். இந்த அடிப்படை நாகரீகத்தைக் கடைப்பிடிக்காவிட்டால் மதிப்பெண் குறைவதற்கான வாய்ப்பு உண்டு.

சில இடங்களில் உதவியாளர் அறைக் கதவைத் திறந்துவிடு வதும் உண்டு. அப்படிப்பட்ட நேரத்திலும் தேவையில்லாமல் அனுமதி கேட்டுக் கொண்டிருக்கக் கூடாது. அதுவும் உங்கள் மரியாதையைக் குறைத்துவிடும்.

உடல்மொழி என்பது மிக முக்கியம். என்னதான் அறிவுக் களஞ்சியமாக இருந்தாலும் உடல்மொழி சரியில்லை என்றால் வாய்ப்புகள் குறைந்துவிடும்.

தேர்வு அறைக்குள் நுழைந்ததும் அங்கிருக்கும் அனைவருக் கும் புன்னகையுடன் வணக்கம் சொல்ல வேண்டும். அனுமதி கேட்டுவிட்டுத்தான் இருக்கையில் அமர வேண்டும்.

இருக்கையில் அமர்ந்திருக்கும்போது கைகளைப் பிசைந்து கொண்டோ, கால்களை ஆட்டிக் கொண்டோ இருக்கக்கூடாது. கால் மேல் கால் போட்டு அமர்வதையும் தவிர்க்க வேண்டும். தேவையில்லாமல் உங்கள் பார்வையை அங்குமிங்குமாக அலைபாய விடக்கூடாது.

மீசையை தடவிக் கொள்வது, மூக்கின் மேல் விரலை வைத்துத் தடவுவது, தலைமுடியைக் கோதி சரி செய்வது, அதிகப்படியாகப் பேசுவது போன்றவை உங்களைப் பற்றிய நல்லெண்ணத்தை மாற்றிவிடும்.

விரல்களை நெட்டி முறிப்பது, சாவிக் கொத்தை அசைப்பது, பேனாவினால் நாற்காலியைத் தட்டி ஓசை எழுப்புவது போன்றவை தவறானது.

தேர்வாளர்கள் உங்களுக்கு நன்றாகத் தெரிந்த கேள்வியைக் கேட்டதும் முந்திக்கொண்டு பதிலளிப்பது தவறு. அதேபோல தெரியாத கேள்வியைக் கேட்டால் திருதிருவென்று விழிப்பதும், மேலே பார்த்து யோசிப்பதும் கூடாது.

கேள்விக்கான பதிலைக் கூறும்போது மனதை ஒருநிலைப் படுத்திக் கொண்டு தேர்வாளரின் கண்களை நேருக்கு நேராகப் பார்த்து சிரித்த முகத்துடன் பதிலளிக்க வேண்டும்.

தேர்வாளர்கள் கேட்கும் கேள்விகளைக் கவனமாகக் கேளுங்கள். சிலசமயம் அவர்கள் கேட்கும் கேள்விகள் உங்களுக்குப் புரியாமல் போகலாம். அப்போது பணிவுடன் திரும்பச் சொல்லும்படிக் கேளுங்கள்.

பதிலைச் சொல்லும் போது தேவையான பதிலை மட்டுமே சொல்ல வேண்டும். இன்னும் கூடுதல் விவரங்கள் கேட்டால் மட்டும் விரிவாகச் சொல்லுங்கள்.

அவர்கள் கேட்கும் கேள்விகளுக்குச் சற்றும் தாமதிக்காமல் தெளிவான பதிலைச் சொல்லுங்கள். பதிலைச் சொல்லும் போது மறவாமல் கேள்வி கேட்டவரை மட்டும் பார்த்துச் சொல்லாமல் மற்ற அனைவரின் பக்கமும் உங்கள் பார்வைகளைச் செலுத்த வேண்டும்.

சரியான பதில்களை மட்டும் உறுதியாகச் சொல்லுங்கள். உங்களுக்குச் சந்தேகமாக இருப்பவைகளை நான் நினைக்கிறேன்..., எனக்குத் தெரிந்த வரையில்..., என்று ஆரம்பித்துச் சொல்லுங்கள்.

பதில் கூறும் போது தெளிவான வார்த்தைகளைக் கொண்டு உச்சரியுங்கள். அந்த அறையில் தேவையான போது மட்டும் குரலை உயர்த்திப் பேசுங்கள்.

உங்கள் பதில்களைத் தாமதிக்காமல் உடனடியாகச் சொல்லுங் கள் காலதாமதம் செய்யாமல் நகைச்சுவையாகப் பேசுவதையும், பிறரைக் குறைகூறிப் பேசுவதையும் தவிர்த்துக் கொள்ளுங்கள்.

அவர்கள் கேட்கும் கேள்விகளுக்கு உங்களுடைய சுய விவரக் குறிப்பில் குறிப்பிட்டிருக்கும் தகவல்களைத் தொடர்புபடுத்தி பதிலைச் சொல்லவும்.

பதிலளிக்கும் போது உங்கள் கழுத்து டையை அல்லது உங்கள் ஆடைகளைச் சரி செய்யாதீர்கள்.

உங்கள் விடைகள் சரியானவை என்று அவர்களால் பாராட்டப்படும்போது நன்றியைத் தெரிவியுங்கள்.

உங்கள் பதில்கள் நிராகரிக்கப்படும்போது 'ஸாரி' என்று வருத்தத்தைத் தெரிவியுங்கள்.

பதில்களைச் சொல்லும் போது மிகுந்த மரியாதையைக் கடைபிடிப்பது முக்கியம்.

தேர்வு முடிந்ததும் அனைவருக்கும் நன்றி தெரிவித்து புன்முறுவலோடு விடைபெறுங்கள்.

நீங்கள் கொண்டு சென்ற அனைத்தையும் மறவாமல் எடுத்து வைத்துக் கொள்ளுங்கள்.

அறையை விட்டு வெளியேறும்போது அவர்களை முன்னோக்கிப் பார்த்த வண்ணம் உங்கள் காலடிகளைப் பின் வைத்து அறைக்கதவை மெதுவாக மூடிவிட்டு வெளியேறுங்கள்.

நேர்முகத் தேர்வில் அறிவாற்றலை மட்டுமல்லாமல் பொறுமை, சாதுர்யம், ஆளுமை, உடல்மொழி போன்றவையும் முக்கியமாகச் சோதிக்கப்படும்.

எனவே உடல்மொழி மற்றும் வாய் மொழி ஆகியவற்றைக் கவனமாகவும் சரியாகவும் புத்திசாலித்தனமாகவும் பயன்படுத்த வேண்டும்.

அவ்வாறு செய்தால் நேர்முகத் தேர்வில் வெற்றி உங்களுக்கே.

9 உணவுப் பழக்கம்

நன்றாகப் படிக்கும் மாணவர்களும், தேர்வுக்காக முன்கூட்டியே நல்ல பயிற்சி செய்து கொண்ட மாணவர்களும் தேர்வு நேரத்தில் சுறுசுறுப்பை இழந்து சோம்பி வழியக்கூடும்.

எதனால் இப்படி ஏற்படுகிறது?

உணவுப் பழக்கத்தில் உள்ள குளறுபடிகள்தான் இவ்வாறான பிரச்சனைகளை உருவாக்குகிறது என்கின்றனர் மருத்துவர்கள்.

தேர்வுப் பயம் காரணமாக ஹார்மோன் சுரப்பில் மாற்றம் உண்டாகிறது. இது மலச் சிக்கலை ஏற்படுத்துகிறது. அத்துடன் நடவடிக்கையிலும் மாற்றத்தை உருவாக்குகிறது.

மேலும் சதா சர்வகாலமும் படிப்பு படிப்பு என்றிருப்பதால் வேறு எதிலும் ஈடுபாடு இல்லாத நிலை காணப்படுகிறது. எனவே சத்தான உணவு உண்பதைத் தவிர்த்துவிடுகின்றனர்.

சத்துக் குறைபாடு காரணமாக நோய் எதிர்ப்பு சக்தியால் உடல்நலக் குறைபாடுகள் ஏற்படுகின்றன.

ஒட்டுமொத்த உழைப்பும் தேர்வு நேரத்தில் முழுவீச்சில் கொடுக்கப்படுகின்றன. ஏனென்றால் தேர்வுகள் ஒன்றிரண்டு நாட்களில் முடிந்துவிடுவது கிடையாது. வாரக் கணக்கில் நடப்பதால் அதன் பயணம் நீண்டு காணப்படுகிறது.

ஒவ்வொரு பாடத் தேர்வுக்கும் முக்கியத்துவம் அளிக்க வேண்டியது கட்டாயம். பள்ளித் தேர்வுகளோடு முடிந்து விடுவதில்லை. தற்போது ‘நீட்’ தேர்வுக்காகவும் மாணவர்கள் தயாராக வேண்டியுள்ளது.

எனவே மாணவர்களுக்கு ஆரோக்கியம் முக்கியம். அதற்கு சரியான உணவுப் பழக்கத்தை ஏற்படுத்திக் கொள்ள வேண்டியது அவசியம்.

தங்கள் குழந்தை கஷ்டப்பட்டுக் கண்விழித்து தேர்வுக்குப் படிப்பதால் உடல் நல்ல ஆரோக்கியத்துடன் இருக்க வேண்டும் என்பதற்காக தாய்மார்கள் என்ன செய்கிறார்கள் தெரியுமா?

வழக்கம்போல எண்ணெய், காரம், மசாலா போன்றவற்றை இன்னும் சற்று தூக்கலாகச் சேர்த்து (அப்போதுதான் வாய்க்கு ருசியாக இருக்கிறது என்று கூடுதலாகக் குழந்தைகள் சாப்பிடுமாம்) உணவு தயாரித்துக் கொடுக்கிறார்கள்.

ஆனால் இது மாணவர்களின் உடல் நலனை ஆரோக்கிய மாக வைத்திருப்பதற்குப் பதிலாகக் கெடுத்துவிடுகிறது. மட்டுமல்லா மல் முட்டை, சிக்கன், மட்டன் போன்றவற்றை இன்னும் அதிகமாகச் சேர்க்கும்படி பெற்றோர்கள் வற்புறுத்துவார்கள்.

இதுவும் தவறு. இதுபோன்ற மாமிச உணவுகளைத் தேர்வுக் காலங்களில் சேர்க்காமல் தவிர்ப்பதே நல்லது. மேலும் எண்ணெயில் பொரித்த கொழுப்புச் சத்து மிகுந்த உணவுகளைக் கண்டிப்பாகத் தவிர்த்துவிட வேண்டும்.

சுண்டல், முளைகட்டிய தானியங்கள் போன்ற உணவுகளைச் சாப்பிடலாம். மாதுளை, திராட்சை, ஆரஞ்சு, ஆப்பிள், கொய்யா, பப்பாளி போன்ற பழ வகைகளைச் சேர்த்துக் கொள்ளலாம்.

வயிற்றுப் பிரச்சனை ஏதாவது இருந்தால் நிச்சயமாக ஆரஞ்சு பழங்களைத் தவிர்த்துவிட வேண்டும்.

எளிதில் செரிக்கக்கூடிய கீரைகள், பச்சைப்பட்டாணி, பீன்ஸ், கேரட், அவரைக்காய், வெண்டைக்காய் போன்ற காய்கறிகளையும் தேர்வு நேரத்தில் மாணவர்கள் அதிகமாக உட்கொள்ள வேண்டும்.

பரோட்டா, பீட்சா, பர்கர் போன்ற உணவுகளை நிச்சயமாகத் தவிர்த்துவிட வேண்டும்.

ஜங்க் ஃபுட்ஸ் பொதுவாகவே உடல் நலத்திற்குக் கேடு விளைவிக்கும். அதிலும் தேர்வு நேரத்தில் உண்பது இன்னும் அதிகக் கேட்டைத் தரும். தேர்வுக்குப் படிக்க முடியாத அளவிற்கு உங்களைத் தொந்தரவு செய்யும்.

தாகம் எடுத்தால் நன்றாகக் காய்ச்சிய தண்ணீரைத்தான் குடிக்க வேண்டுமே தவிர, ஜில்லென்று இருக்க வேண்டும் என்பதற்காக குளிர்பானங்களைப் பருகுவது கூடாது.

மாவுச் சத்து அதிகம் உள்ள உணவு வகைகளையும் ஒதுக்கித் தள்ளிவிட வேண்டும்.

நொறுக்குத் தீனிகள் பற்றிய நினைப்பே வரக்கூடாது. அந்த அளவிற்கு அவற்றைத் தூரத்தில் வைக்க வேண்டும்.

பசிக்கிறது என்பதற்காக கணிசமாக உணவை உட்கொள்வதும் தவறு. சரியான நேரத்தில் உணவை உட்கொள்ளாமல் இருப்பதும் தவறு.

பசு நெய் நினைவாற்றலை அதிகரிக்கும் என்பதால் அதை உணவில் சேர்த்துக் கொள்ளலாம்.

தூங்காமல் கண்விழித்துப் படிக்க வேண்டும் என்பதற்காக அடிக்கடி காபி மற்றும் தேநீர் பருகுவது உண்டு. இதனால் தூக்கம் கலைந்து சுறுசுறுப்பு வரும் என்பது நம்பிக்கை.

இந்த நம்பிக்கை உண்மைதான் என்றாலும் இது உடலில் பித்தத்தை அதிகப்படுத்திவிடும். எனவே காபி, தேநீர் போன்றவற்றை அளவோடு பருகுவது நல்லது. குறிப்பாக காபியில் உள்ள காபின் என்னும் பொருள் சிந்திக்கும் திறனை வெகுவாகக் குறைக்கும்.

இதற்குப் பதிலாக சூடான பால் பருகலாம். லெமன் டீ, இஞ்சி காபி, சுக்குமல்லி காபி போன்றவற்றை அவ்வப்போது பருகலாம். காய்கறி சூப் குடிக்கலாம்.

பகல் நேரங்களில் மோர், இளநீர், பழச்சாறு போன்றவற்றைப் பயன்படுத்தலாம். எலுமிச்சை சாறு ரொம்பவும் நல்லது. முடிந்த வரை ஐஸ் கட்டிகளை உபயோகிக்காமல் பருகுவதே சிறந்தது.

தேர்வுகள் கோடை காலத்தில்தான் நடைபெறும் என்பதால் அதற்கேற்றாற்போல உணவுப் பழக்கத்தை அமைத்துக் கொள்வது ஏற்புடையது.

தேவையான அளவு தண்ணீர் குடித்து உடல் வறட்சி அடையாமல் பார்த்துக் கொள்ள வேண்டும். இரவு முழுவதும்

கண்விழித்துப் படிப்பதாலும், தூக்கம் குறைவாக இருப்பதாலும் நாக்கும் உதடும் வறண்டு காணப்படும். படிப்பில் மட்டுமே கவனம் செலுத்துவதால் தண்ணீர் குடிக்காமல் விட்டுவிடுகிறார்கள். அதனால் சோர்வு அதிகமாவதோடு, தலைவலி வரவும் வாய்ப்பு இருக்கிறது.

காலையில் அரை முதல் ஒரு லிட்டர் வரை தண்ணீர் குடிக்க வேண்டும். பல் துலக்கிய பிறகு சிறிதுசிறிதாகத் தண்ணீர் குடிக்க வேண்டும்.

இது மலச் சிக்கலைப் போக்கும். மேலும் தேர்வு நேரத்தில் பயம் காரணமாகத் திடீரென்று கழிவறை செல்லும் உணர்வைத் தடுத்து நிறுத்தும்.

எனவே தண்ணீரைப் போதுமான அளவு பருகுவது அவசியம். அத்துடன் மோர், இளநீர் போன்ற பானங்களைப் பருக வேண்டும்.

உடம்பில் நீர்த்துவத்தைத் தக்க வைக்கும் மகத்துவம் மோருக்கு உண்டு.

இளநீரில் இயற்கையாகவே உள்ள அமினோ அமிலங்களும் தாதுக்களும் உடலைக் குளிர்ச்சியாக வைத்திருக்கும்.

அரிசி சாதம், பருப்பு சாதம், ரசம் சாதம், கீரை சாதம், மல்லி சாதம், கறிவேப்பிலை சாதம் போன்ற சாத வகைகளை மதிய உணவாக உட்கொள்வது தேர்வு காலத்திற்கு ஏற்புடையது.

மதிய உணவில் கீரை, பருப்பு, காய்கள், தயிர் போன்றவை அவசியம் சேர்க்கப்பட வேண்டும். முருங்கைக் கீரை கண்களுக்கு நல்லது என்பதால் இதையும் எடுத்துக் கொள்ளலாம். தண்டுக் கீரையில் போலிக் ஆசிட் உள்ளது. இது சோர்வை நீக்கி புத்துணர்ச்சியை அளிக்கும் சக்தி மிக்கது.

வயிற்றில் அமிலம் சுரந்து அஜீரணம், குடல்புண் போன்றவை ஏற்பட்டால் தயிர் அதனைக் குணப்படுத்தும். எனவே கட்டாயம் உணவில் தயிரைச் சேர்த்துக் கொள்ளுங்கள்.

புளியோதரை, எலுமிச்சை சாதம், தக்காளி சாதம் போன்ற புளிப்புச் சுவை மிகுந்த சாத வகைகளைத் தவிர்க்க வேண்டும்.

மாலை நேரத்தில் சுண்டல், வேகவைத்த வேர்க்கடலை, பாதாம் பருப்பு, பேரீட்சை, அத்திப்பழம் போன்றவை நல்லது. காய்கறி மற்றும் பழ சாலட் சாப்பிடுவதும் நல்லது.

செர்ரி பழம் மனதுக்கு நல்ல உற்சாகத்தை அளிக்கும் திறன் கொண்டது.

பாதாம் பருப்பில் செலினியம் என்னும் இரசாயனம் இருக்கிறது. இது நினைவாற்றலை அதிகரிக்கும் சக்தி உடையது. பாதாம் பருப்பை நன்கு ஊற வைத்து சூடான பாலில் கலந்து பருகலாம்.

தினமும் ஏதாவதொரு பழத்தை உட்கொள்ள வேண்டும். உடல் சூட்டைத் தணிக்கும் ஆற்றல் பழங்களுக்கு உண்டு.

இரவில் முழு வயிறு சாப்பிடுவது கூடாது.

படுக்கைக்குச் செல்லும் முன் கட்டாயம் பால் குடிக்க வேண்டும்.

இதிலுள்ள டிரிப்டோபென் என்னும் அமினோ அமிலம் மன அழுத்தத்தை வெகுவாகக் குறைக்கும் தன்மை உடையது.

தேர்வு முடிகிற வரை எளிதில் செரிமானம் ஆகும் உணவுகளை உட்கொள்ள வேண்டும். செரிமானம் அடைவதற்குக் கடினமான பரோட்டா, துரித உணவுகள் போன்றவற்றைக் கண்டிப்பாகத் தவிர்த்துவிட வேண்டும்.

காலை உணவை தவிர்த்துவிட்டு தேர்வு எழுதச் செல்வது மிகமிகத் தவறு. நாள் முழுவதுக்குமான ஆற்றலைக் கொடுப்பது காலை உணவே. மாணவர்கள் கஷ்டப்பட்டுப் படித்தவற்றை முழுமையாக விடைத்தாளில் வெளிப்படுத்துவதற்கும் அது உதவி

செய்யும். தேர்வு நேரத்தில் களைப்படையாமல் இருப்பதற்கும் உதவும்.

தேர்வுக் காலங்களில் காலை மற்றும் மாலை வேளைகளில் ஐந்து நிமிடங்கள் மட்டும் பிராணாயாமம் என்னும் மூச்சுப் பயிற்சியைச் செய்வது நல்லது.

மூளைக்கு அதிகப் பிராணவாயு கிடைத்து சுறுசுறுப்பை இது ஏற்படுத்தும்.

படித்தவற்றை தேர்வின்போது நல்ல முறையில் வெளிப்படுத்த தெளிவான மனநிலையும் கிடைக்கும்.

தேர்வின்போது வரும் பயம் மற்றும் பதற்றம் போன்றவை சொல்லிக் கொள்ளாமல் உங்களிடம் இருந்து விடை பெற்றுவிடும்.

நினைவாற்றலை அதிகரிப்பதற்கு ஒமேகா3 கொழுப்பு மிகவும் அவசியம். மேலும் இது இதயத்திற்கும், மனதை ஒருமுகப் படுத்துவதற்கும்கூட நல்லது. ஆனால் ஒமேகா3 கொழுப்பை நமது உடலே உற்பத்தி செய்வது கிடையாது. உணவுப் பொருட்களில் இருந்துதான் அதைப் பெற வேண்டும்.

மீன், ஆளி விதை, முலாம்பழ விதை, சூரியகாந்தி விதை போன்றவற்றில் ஒமேகா3 கொழுப்புச் சத்து இருப்பதால் அவற்றை உண்பது நல்லது.

10 போட்டித் தேர்வுகள்

எந்தவொரு போட்டித் தேர்வும் வெற்றி, தோல்வி என்ற ஒன்றையொன்று விலக்கும் யதார்த்தங்களை தன்னுள்ளே கொண்டிருக்கிறது.

தேர்வுகள் எல்லாமும் கடுமையானவை அல்ல. அவை போட்டி வடிவை எடுக்கிற போதுதான் தீவிரத்தன்மை கொள்கின்றன.

குடிமைப் பணிகள், மருத்துவம், மேலாண்மை, மென்பொருள், பொறியியல் போன்ற படிப்புகளில் நுழைவதற்கான தேர்வுகளே மிகக் கடுமையானதாக இருக்கின்றன. இந்தத் துறைகளில் கிடைக்கும் லாபங்களையும் பலன்களையும் எப்படியாவது பெற்றுவிட வேண்டும் என்ற பேராசையே இதற்குக் காரணம்.

இந்தியாவில் ஐந்தில் ஒரு மாணவருக்கு கல்வியால் மன ரீதியான பிரச்னைகள் ஏற்படுவதாக தேசிய மனநலன் மற்றும் நரம்பு அறிவியல் நிறுவனம் வெளியிட்டுள்ள ஆய்வறிக்கையில் தெரிவிக்கப்பட்டுள்ளது.

பள்ளி வாழ்க்கையில் இருந்து தொடர்ந்து வாழ்க்கை குறித்தும், வேலை குறித்தும் அழுத்தம் அனைத்து தரப்பிலிருந்தும் தீவிரமாகக் கொடுக்கப்படுகிறது.

இதுபோன்ற போட்டித் தேர்வுகளை எதிர்கொண்டு அதிலும் வெற்றி பெறமுடியாமல் போவது அவர்களுக்கு மிகப் பெரிய மன உளைச்சலையும், வாழ்க்கையின் மீதான நம்பிக்கையின்மையையும் உண்டாக்குகிறது.

சாதாரண தேர்வுகளைக் காட்டிலும் போட்டித் தேர்வுகள் ஏன் இந்த மாதிரியான மனச் சோர்வை ஏற்படுத்துகிறது?

போட்டித் தேர்வும் கல்லூரித் தேர்வு போல் ஒரு தேர்வு தானா என்ற சந்தேகக் கேள்வி எழலாம். ஆம் இதுவும் ஒரு தேர்வு தான். ஆனால் பள்ளி மற்றும் கல்லூரித் தேர்வு போல் கிடையாது.

இரண்டு தேர்வுகளுக்கும் இடையே முக்கியமாக இரண்டு வித்தியாசங்கள் இருக்கின்றன.

ஒன்று கல்லூரித் தேர்வில் தோல்வி அடையலாம். ஆனால் போட்டித் தேர்வில் தோல்வி அடையமுடியாது.

இரண்டு, கல்லூரித் தேர்வில் வெற்றி பெற்றால் பட்டம் கிடைக்கும். ஆனால் போட்டித் தேர்வில் தேர்வானால் வேலை கிடைக்கும்.

ஆக, போட்டித் தேர்வில் தோல்வி என்ற பேச்சுக்கே இடமில்லை. ஒரு போட்டித் தேர்வில் தேர்வு பெறலாம் அல்லது தேர்வு பெறாமல் போகலாம்.

அவ்வளவுதான்.

ஆனால் பள்ளித் தேர்வில் காணப்படுவதுபோல் எந்தத் தேர்ச்சி மதிப்பெண்ணும் இல்லை.

தேவையான பணி இடத்திற்குத் திறமை உடையவர்களைத் தேர்ந்தெடுக்கும் ஒரு வடிகட்டும் வேலைக்கானதே போட்டித் தேர்வு ஆகும்.

ஒரு போட்டித் தேர்வுக்கு தயாராகுவதற்கு மொழி அறிவு நிச்சயமாகப் பெற்றிருத்தல் அவசியம்.

அதாவது, தாய்மொழி மற்றும் ஆங்கிலம் மிக நிச்சயம் தெரிந்திருக்க வேண்டும். ஏனென்றால் பெரும்பாலும் போட்டித் தேர்வுகளில் தாய்மொழி மற்றும் ஆங்கிலத்தில்தான் கேள்விகள் கேட்கப்படும்.

குறிப்பாக மொழிப் பாடத்துக்கு அதிக மதிப்பெண்கள் வழங்கப்படுகிறது. அதற்குப் பிறகு பொது அறிவு மிக மிக முக்கியம். மூன்றாவதாக அடிப்படை கணித அறிவு அவசியம்.

இந்த மூன்றும் இருந்தாலே யார் வேண்டுமானாலும் குரூப் தேர்வுகளில் எளிதாக வெற்றி பெறலாம்.

பொது அறிவைப் பொறுத்தவரை போட்டித் தேர்வு அறிவிப்பு வெளியான உடன் படிக்கத் தொடங்குவது எந்த விதத்திலும் பயன் அளிக்காது.

பொது அறிவு குறித்த தேடல்கள் எப்போதும் உங்களுக்குள் இருந்துகொண்டே இருக்க வேண்டும்.

இதற்காகத் தினமும் ஒரு மணி நேரமாவது படிப்பிற்காக ஒதுக்க வேண்டும்.

போட்டித் தேர்வுக்கு விண்ணப்பிப்பதற்கு முன்பு அந்த தேர்வு எழுதுவதற்கான தகுதி இருக்கிறதா என்பதைத் தெரிந்து கொள்வது முக்கியம்.

முழுமையான தகுதியைப் பெற்றிருந்தால் மட்டுமே தேர்வுக்கு விண்ணப்பிக்க வேண்டும். அதாவது தற்போது நீங்கள் படித்துக் கொண்டிருந்தாலோ, தேர்வு எழுதி முடிவு வெளிவராமல் இருந்தாலோ அந்த நேரத்தில் நீங்கள் போட்டித் தேர்வுக்கு விண்ணப்பிக்காமல் இருப்பது நல்லது.

தேர்வுக்கு விண்ணப்பிக்கும் பொழுது உங்களுடைய பிறந்த தேதி, படிப்பு, எந்தப் பாடம் என்பதை சரியாக நிரப்ப வேண்டும்.

ஒரு தேர்வுக்கு எத்தனை முறை விண்ணப்பிக்கலாம், அதற்கான வயது வரம்பு என்ன என்பதைத் தெளிவாகத் தெரிந்து கொள்வது மிக முக்கியம்.

பப்ளிக் சர்வீஸ் கமிஷன், வங்கித் தேர்வு, இரயில்வே தேர்வு என்று அரசுத்துறைக்குப் பல தேர்வுகள் வந்துவிட்டன. அவை தேர்வுக்கான கால அட்டவணை வெளியிடும் போதே அதற்கான பாடத் திட்டங்களையும் வெளியிடுகின்றன.

போட்டித் தேர்வு எழுதுபவர்கள் சம்பந்தப்பட்ட துறையின் வலைதளத்திலிருந்து, பாடத்திட்டங்களைப் பதிவிறக்கம் செய்து கொள்ள வேண்டும்.

தேவையான தகவல்கள் மற்றும் பாடங்களைத் தவிர அதிகமான விஷயங்களைச் சேகரித்துப் படிப்பது தேர்வு நேரத்தில் நேர விரயத்தையும் தேவையற்ற குழப்பங்களையும் உருவாக்கும்.

மத்திய, மாநில அரசுகள் வெளியிட்டுள்ள பாடப் புத்தகங்கள் தேர்வுக்கு முதன்மையானவை. எனவே அவற்றைப் படிப்பது முக்கியம்.

அடுத்ததாகப் போட்டித்தேர்வு எழுதுபவர்கள் தினமும் நாளிதழ்களைப் படித்து வரவேண்டும்.

மாநிலம், நாடு, உலகம், விளையாட்டு, அறிவியல் என்று அன்றாட நிகழ்வுகளைத் தெரிந்து வைத்திருப்பது அவசியம்.

எனவே நாளிதழ்களில் இருந்து தேவையானவற்றைக் குறிப்பெடுத்துக் கொள்ள வேண்டும்.

இவ்வாறு பொது அறிவை வளர்த்துக் கொள்ளாதவர்கள் போட்டித் தேர்வில் வெற்றி பெறுவது மிகவும் கடினம்.

முன்பெல்லாம் போட்டித் தேர்வுகளில் எளிமையாக விடை அளிக்கும் வகையில் நேரடிக் கேள்விகள் இடம் பெறும்.

ஆனால் இப்போது பத்தாவது வகுப்புத் தரத்தில் நடைபெறும் தேர்வுகளுக்கு இளங்கலை, முதுகலை, பொறியியல் படிப்பைப் படித்தவர்கள்கூட விண்ணப்பிக்கின்றனர்.

எனவே தேர்வுகளில் கேட்கப்படும் கேள்விகளிலும் பெருமளவில் மாற்றங்கள் ஏற்பட்டுள்ளது.

ஒவ்வொரு பாடத்தையும் தெளிவாகப் படித்துப் புரிந்து கொண்ட பிறகே அனைத்துக் கேள்விகளுக்கும் விடையளிக்க முடியும் என்ற நிலைமை தற்போது ஏற்பட்டுள்ளது.

நீங்கள் எந்தத் தேர்வை எழுத இருக்கிறீர்களோ அந்தத் தேர்வுக்கான முந்தைய ஐந்து ஆண்டுகளின் கேள்வித்தாள்களைப் படித்துப் பார்க்க வேண்டும்..

அப்போதுதான் கேள்விகள் இடம் பெற்றுள்ள வரிசைகள், கேட்கப்படும் விதம், எந்தப் பாடத்தில் எத்தனைக் கேள்விகள் கேட்கப்பட்டுள்ளன என்ற விவரங்களைத் தெரிந்து கொள்ள

முடியும். அதற்கேற்ப உங்களின் தேர்வுக்கான திட்டமிடலை அமைத்துக் கொள்ள வேண்டும்.

தேர்வு குறித்து நிபுணர்களின் ஆலோசனைகளைப் பெறுதல், பாடங்களைத் தேர்வு செய்து படித்தல், பயிற்சி மையங்களுக்குச் சென்று படித்தல், நாளொன்றுக்கு 6 முதல் 12 மணி நேரம் வரைப் படித்தல், குழு விவாதம் செய்தல், நாளிதழ் தகவல்களைக் குறிப் பெடுத்தல் என்று தேர்வு சார்ந்து பயணப்படுவது மிக முக்கியம்.

கடின உழைப்பு, திட்டமிட்ட படிப்பு, முறையான பயிற்சி போன்றவைதான் போட்டித் தேர்வில் வெற்றியைப் பெற்றுத்தரும்.

பயிற்சி வகுப்புகளில் சேர்ந்து படிப்பது நல்லது. அப்போது மற்ற மாணவர்களோடு போட்டி போட்டுக் கொண்டு படிக்க முடியும்.

அவ்வப்போது தேர்வுக்கான அறிவை சோதனை செய்யும் தேர்வுகள் அங்கு நடத்தப்படுவதால் போட்டித் தேர்வுக்கான நல்ல பயிற்சியும் கிடைக்கிறது.

தேர்வுக்குப் படிக்கும்போது முதலில் அதற்கான பாடத் திட்டம் என்ன என்பதை முழுமையாகத் தெரிந்து கொண்டு படிக்கத் தொடங்க வேண்டும்.

பாடத்திட்டத்தில் உள்ள பாடங்களை வரிசைப்படுத்தி அந்தப் பாடங்களை ஒவ்வொன்றாக வாங்கி சேகரிக்க வேண்டும். கிடைக்காத பாடங்களை நகல் எடுத்துக் கொள்ளலாம்.

ஓரிரு பாடங்கள் மட்டுமே தேவை என்றாலும் அதற்காக ஒரு முழுத் தொகுதி அடங்கிய புத்தகத்தை வாங்க வேண்டி இருக்கலாம். அதற்காகக் கவலைப்படக் கூடாது. வாங்க வேண்டும்.

இவ்வாறு பாடங்களைத் தொகுத்து படிப்பதற்கு வசதியாக வகைப்படுத்தி வைத்துக்கொண்டு போட்டிக்குத் தயாராக வேண்டும்.

பின்னர் கால அட்டவணையைத் தயார் செய்து கொள்ளவும். ஏனென்றால் நேர மேலாண்மை மிக முக்கியம்.

ஒரு நாளில் தூக்கத்தைத் தவிர மீதமிருக்கும் நேரத்தை வகைப் படுத்திக் கொள்ள வேண்டும்.

நண்பர்களோடு அரட்டை அடித்தல், பொழுதுபோக்கு, செய்தித்தாள் படிப்பது போன்றவற்றிக்காக நேரத்தை ஒதுக்கிக் கொள்ள வேண்டும்.

மூன்று வேளை சாப்பிடுவதற்கும், காலைக்கடன்கள், பல் துலக்க, குளிக்க என்பதற்கும் எவ்வளவு நேரம் செலவாகும் என்று கணக்கிட்டுக் கொள்ள வேண்டும்.

தூங்குவதற்கான நேரத்தையும் கணக்கில் எடுத்துக் கொள்வது அவசியம்.

இவற்றை எல்லாம் உத்தேசமாகக் கணக்கிட்டால் ஒரு நாளில் உங்களுக்கு ஒன்பது மணி நேரம் வரை கிடைக்கும்.

போட்டித் தேர்வுக்கு உங்களைத் தயார் செய்வதற்குத் தினமும் இந்த 9 மணி நேரத்தைச் சரியாகப் பயன்படுத்த வேண்டும்.

அந்த ஒன்பது மணி நேரத்திலும் உங்களுக்கு சில இடையூறு கள் ஏற்படத்தான் செய்யும்.

இருப்பினும் அதையும் ஒரு சவாலாக நினைத்துப் படிப்பில் கவனம் செலுத்த வேண்டும்.

தினமும் இந்தத் திட்டத்தின்படி பயிற்சி பெற்று வந்தால்

அது போட்டித் தேர்வின் மீது உங்களுக்கு ஓர் இனம்புரியாத மகிழ்ச்சியையும் ஆர்வத்தையும் ஏற்படுத்தும்..

இன்னும் சிறப்பாகப் படிக்க வேண்டும் என்ற உத்வேகத்தைத் தரும். நீங்கள் படித்தது அனைத்தும் உங்கள் மனதில் நிலைத்து நிற்கும்.

போட்டித் தேர்வுகள் என்றாலே ஏதோ அமெரிக்காவிலோ, ஆஸ்திரேலியாவிலோ கேள்விகள் தயாரிக்கப்படுவதாக நினைத்துப் பலரும் ஒருவித பயத்துடன் இருக்கிறார்கள்.

நிச்சயமாக இது தவறு.

கேள்விகள் அனைத்துமே உங்கள் சக்திக்கு உட்பட்ட, உங்கள் அறிவுக்கு உட்பட்ட அளவில்தான் அமைகின்றன.

போட்டித் தேர்வுக்கான அடிப்படைக் கல்வித் தகுதிக்கு உட்பட்டே கேள்விகள் கேட்கப்படுகின்றன.

எனவே கேள்விகளைப் பற்றிய பயமின்றி பயிற்சியை மேற்கொள்வதுதான் நல்ல பலனைத் தரும்.

படித்தது மறந்து போவது என்பது பலரின் பிரச்சனையாக இருக்கிறது. உண்மையான அக்கறையோடு படித்தால் அவ்வாறு மறக்காது.

முழுமையான ஆர்வத்தைப் படிப்பின் மீது ஏற்படுத்திக் கொள்ள வேண்டும்.

எப்படியாவது வேலைக்குப் போய் நிறைய சம்பாதிக்க வேண்டும் என்று மட்டும் நினைத்தால் அது கடமையாகத்தான் இருக்குமே தவிர ஆர்வமாக இருக்காது. அப்போது உங்களுக்கு படித்தது மறந்துதான் போகும்.

ஒரு செயலில் முழு ஈடுபாடு இருந்தால் மட்டுமே அதில் சாதிக்க முடியும்.

சரி, ஆர்வத்தை வரவழைத்துக் கொண்டாலும் படித்தது மறக்காமல் இருக்க வேறு வழியே இல்லையா என்று கேட்கலாம்.

இருக்கிறது.

அதிகாலையில் படிப்பது மனதில் நிலைத்து நிற்கும். எளிதில் மறக்காது. ஏனென்றால் அப்போது அமைதியான சூழல் உங்களைச் சுற்றிலும் காணப்படும். அதுவே படிக்கும் ஆர்வத்தை உங்களுக்குத் தூண்டும்.

படிக்கும் அறையில் கண்ணாடி எதுவும் இல்லாதவாறு பார்த்துக் கொள்ள வேண்டும். அது உங்கள் கவனைத்தைத் திசை திருப்பிவிடும்.

கிழக்கு அல்லது வடக்குத் திசை நோக்கி அமர்ந்தவாறு படிப்பது நல்லது. உங்களுக்கு நல்ல நேர்மறை எண்ணங்கள் கிடைக்கும்.

மனதிற்குப் பிடிக்காத உணவு செரிக்காது. அதேபோல பிடிக்காத பாடமும் மனதில் பதியாது.

இது அறிவியல் சார்ந்த உண்மை.

உறக்கம் வரும் வேளையில் கட்டாயப்படுத்திக் கொண்டு படித்தால் படிப்பு தலையில் ஏறாது. ஏனென்றால் உங்கள் உடல் உறக்கத்திற்குத் தயாராக இருக்கும். எனவே அதைத் தவிர வேறு எந்த வேலை செய்தாலும் அது நிராகரிக்கப்பட்டுவிடும்.

நீண்ட நேரம் படிக்க வேண்டும் என்று நினைத்தால் நன்றாக நிமிர்ந்து உட்கார்ந்து படிக்க வேண்டும்.

விருப்பம் இல்லாத பாடத்தைக் கையில் எடுத்துவிட்டால் போதும், அப்போதுதான் தண்ணீர் குடிக்க வேண்டும் என்று தோன்றும். பக்கத்து வீட்டுத் தொலைக்காட்சியில் இருந்து பாடல் கேட்கும். பசி எடுக்கும். வெளியே கீரை விற்பவரின் குரல் கேட்கும்.

எனவே படிப்பதற்கு முன்பு அதில் விருப்பத்தை வரவழைத்துக் கொள்ள வேண்டும்.

என்ன ஆனாலும் சரி பாடத்தைப் படித்து முடிக்காமல் எழுந்திருக்கப் போவதில்லை என்ற எண்ணத்தை ஏற்படுத்திக் கொள்ள வேண்டும்.

அக்கம்பக்கம் மனத்தை அலைய விடாமல், உங்கள் கவனம் முழுவதையும் பாடத்தின் மீதே வைத்திருக்க வேண்டும். அதற்கான மனப் பக்குவத்தை வளர்த்துக் கொள்ள வேண்டும்.

ஒரு பாடத்தைப் படித்து முடித்த பிறகு உங்களை நீங்களே அது சம்பந்தமாகக் கேள்விகள் கேட்டு விடைகளையும் அளிக்க வேண்டும்.

இவ்வாறு செய்தால் படிப்பின் மீது உற்சாகம் வர ஆரம்பிக்கும்.

அதிகமாகப் படித்துக் கொண்டிருக்கும்போது களைப்புத்

தோன்றினால் படிப்பதை நிறுத்திவிட்டு உங்களுக்கு விருப்பமான பாடலைக் கேட்கலாம். காமெடியை ரசிக்கலாம்.

களைப்பு தீர்ந்து படிக்க வேண்டும் என்ற ஆர்வம் சற்று நேரத்தில் உங்களுக்கு வரும். அப்போது மீண்டும் படிப்பைத் தொடர வேண்டும்.

சில பாடங்களில் வாயில் நுழையாத சொல்லோ, பெயரோ இருக்கும். அவற்றை மனப்பாடம் செய்வது ரொம்பவும் கடினமாக இருக்கலாம்.

அதற்காகச் சோர்ந்து போக வேண்டாம். அந்தச் சொல்லை அல்லது பெயரைத் திரும்பத் திரும்ப எழுதிப் பழகினால் போதும் மனதில் ஆழமாகப் பதிந்துவிடும்.

போட்டித் தேர்வுகளில் மொழி அறிவு மிக முக்கியம். தாய் மொழி மற்றும் ஆங்கிலம் ஆகியவற்றில் அவசியம் நல்ல அறிவு இருக்க வேண்டும். ஏனென்றால் போட்டித் தேர்வுகளில் கேள்விகள் பெரும்பாலும் தாய்மொழி மற்றும் ஆங்கிலத்தில் தான் கேட்கப்படுவது வழக்கம்.

குறிப்பாக மொழிப் பாடத்திற்கு அதிக மதிப்பெண்கள் வழங்கப்படும். அதன்பிறகு பொது அறிவுக்கு முக்கியத்துவம் உண்டு. மூன்றாவதாக அடிப்படைக் கணித அறிவு அவசியம் வேண்டும்.

இந்த மூன்றும் இருந்தாலே போதுமானது, போட்டித் தேர்வு களில் எளிதாக வெற்றி பெற்றுவிட முடியும்.

பொது அறிவைப் பொருத்தமட்டில் போட்டித் தேர்வு அறிவிக்கப்பட்ட உடனேயே மாங்கு மாங்கென்று படித்தாலும் பயன் இருக்காது.

பொது அறிவு குறித்த தேடல்கள் எப்போதும் உங்களுக்குள் இருக்க வேண்டும். இதற்கென்று தினமும் ஒரு மணி நேரமாவது ஒதுக்க வேண்டும்.

போட்டித் தேர்வுக்கு விண்ணப்பிப்பதற்கு முன்பு அந்தத் தேர்வுக்கான தகுதி இருக்கிறதா என்பதைத் தெளிவாக்கிக் கொள்ள வேண்டும். முழுமையான தகுதி பெற்றிருந்தால் மட்டுமே விண்ணப்பிக்க வேண்டும்.

தற்போது நீங்கள் படித்துக் கொண்டிருந்தாலோ அல்லது தேர்வு எழுதி முடிவிற்காகக் காத்திருந்தாலோ போட்டித் தேர்வுக்கு விண்ணப்பிக்காமல் இருப்பதே நல்லது.

தேர்வுக்கு விண்ணப்பிக்கும் போது உங்களுடைய பிறந்த தேதி, படிப்பு, எந்தப் பாடம் என்பதைச் சரியாக நிரப்ப வேண்டும்.

ஒரு தேர்வுக்கு எத்தனை முறை விண்ணப்பிக்கலாம், வயது வரம்பு என்ன என்பதை முதலிலேயே தெரிந்து கொள்வது அவசியம்.

சந்தையில் போட்டித் தேர்வுகளுக்கென்று ஏராளமான புத்தகங்கள் விற்கப்படுகின்றன.

ஆனாலும் போட்டித் தேர்வுகளுக்கான வகுப்புகள், புத்தகங்கள் போன்ற அனைத்தும் வெறும் வழிகாட்டியே தவிர அவை மட்டுமே போதுமானது கிடையாது.

கேள்வி மற்றும் பதில்களை அடிக்கடி நீங்களே தயாரித்து அதற்கான மாதிரி தேர்வுகளை எழுதிப் பார்க்க வேண்டும்.

சராசரியாக ஒரு நாளைக்கு முழு மனதோடு இரண்டு முதல் மூன்று மணி நேரம் படித்தாலே போதும். தேர்வில் எளிதாக வெற்றி பெற்றுவிடலாம்.

சராசரி மதிப்பெண் பெற்றவர்களால் போட்டித் தேர்வுகளில் வெற்றி பெறுவது கடினம் என்ற தவறான எண்ணம் பரவலாகக் காணப்படுகிறது.

பள்ளி, கல்லூரியில் எடுத்திருக்கும் மதிப்பெண்ணை வைத்து போட்டித் தேர்வுகளை மதிப்பிட வேண்டாம். படிப்பில் தங்கப் பதக்கம் பெற்றவர்கள் கூடப் போட்டித் தேர்வுகளில் பலமுறை தோல்வியைத் தழுவி இருக்கிறார்கள்.

எனவே பள்ளிப் படிப்பிற்கும், போட்டித் தேர்வுக்கும் சம்பந்தமே கிடையாது.

மாநில அளவிலான டிஎன்பிஎஸ்சி (TNPSC) போன்ற தேர்வுகளுக்குத் தயாராகுவதற்குப் பாடப்புத்தகங்கள் மட்டும்தான் ஒரே துணை.

ஒன்றாம் வகுப்பு முதல் பன்னிரெண்டாம் வகுப்பு வரையிலான அனைத்துப் பாடப் புத்தகங்களையும் புரிந்து படிக்க வேண்டும். நிச்சயமாக 75 சதவீத மதிப்பெண்களை அள்ளிவிடலாம்.

டெட் (TET) போன்ற தேர்வுகளும் டிஎன்பிஎஸ்சி தேர்வுகளைப் போன்றதே. அவற்றுக்கும் அதேபோல பாடப்புத்தகங்களைப் படிக்க வேண்டும்.

அதேநேரத்தில் வேறு சில புத்தகங்களும் சந்தையில் கிடைக்கின்றன.

எனினும் அவற்றில் சிறந்தவற்றைத் தேடிப் பிடித்துப் படிக்க வேண்டும்.

பதிலாக பாடப்புத்தகத்தைப் படித்தாலே போதுமானது.

பன்னிரெண்டாம் வகுப்பு வரை ஒழுங்காகப் படித்த மாணவனாக இருந்தால் இவ்விரு போட்டித் தேர்வுகளிலும் நிச்சயமாக வெற்றி பெற்றுவிட முடியும்.

போட்டித் தேர்வுகளில் அறிதல், புரிதல் என்னும் இரண்டு திறன்கள் மட்டுமே கண்டிப்பாகத் தேவை.

பாடப் புத்தகங்களைப் படிக்கும்போதே எந்த வினாக்கள் முக்கியமானவை என்பதை நமது அறிவைப் பயன்படுத்தி புத்திசாலித்தனமாகப் புரிந்து அவற்றைப் படித்தாலே போதுமானது.

ஏனோ தெரியவில்லை நம்மில் பலரும் மத்திய அரசுப் பணிகளில் ஆர்வம் காட்டுவதே கிடையாது

அதற்குக் காரணம் கேள்விகள் ஆங்கிலத்தில் இருக்கும் என்ற அச்சம்தான்.

நாம் தமிழில் படித்ததை அவர்கள் ஆங்கிலத்தில் கேட்கின்றனர் என்ற உண்மையைப் புரிந்து கொள்ள வேண்டும். அப்போது பயமும் தயக்கமும் காணாமல் மறைந்து போய்விடும்.

பொது அறிவைப் பொருத்தமட்டில் ஒவ்வொரு போட்டித் தேர்வுகளுக்குத் தக்க மாறுபடும்.

உதாரணமாக வங்கித் தேர்வு எழுதும்போது வங்கி சம்பந்த மான பொது அறிவு வினாக்கள் கேட்கப்படும்.

இரயில்வே துறைத் தேர்வு என்றால் அது சம்பந்தமான பொது அறிவு கேள்விகள் கேட்கப்படும்.

குற்றப் புலனாய்வுத் துறை என்றால் நம் நாடு மட்டும் அல்லாமல் உலக அளவிலான போர் மற்றும் புலனாய்வு அமைப்புகளைப் பற்றிய வினாக்கள் அமைந்திருக்கும்.

எனினும் மத்திய அரசின் போட்டித் தேர்வுகளில் கேட்கப் படும் 60 சதவீத கேள்விகளும் பெரும்பாலும் நாம் பள்ளியில் படித்த பாடங்களில் இருந்தே அமைந்திருக்கும்.

கணிதத்தில் கேட்கப்படும் கேள்விகள் மூன்று படிகளில் விடை காணும்படியாகத்தான் இருக்கும்.

எனினும் அதற்காகக் குறைந்தபட்சம் ஐந்து மாதங்கள் பயிற்சி எடுத்துக் கொண்டால் எளிதில் மதிப்பெண்களை அதிகம் பெற்றுவிடலாம்.

இறுதியாக தேர்வுக்கு எப்படித் தயாராக வேண்டும் என்பது குறித்து சுருக்கமான டிப்ஸ்.

1. வரலாறு, உயிரியல், மொழி சார்ந்த பாடங்களை மனப்பாடம் செய்து தேர்வுக்குத் தயாராக வேண்டும்.

2. அரசியல், அறிவியல், பொறியியல் போன்ற பாடங்களை நன்றாகப் புரிந்துகொண்டு தயாராக வேண்டும்.

3. கணிதம், வணிகவியல் போன்ற பாடங்களைத் தீர்வு காணும் வகையில் பயிற்சி செய்ய வேண்டும்.

4. குறுவினா, மல்ட்டிபிள் சாய்ஸ் போன்ற தேர்வு கேள்விகளைச் சரியாகப் புரிந்து கொள்ள வேண்டும்.

5. அதிக மதிப்பெண்கள் பெறும் வகையில் பாடத் திட்டத்தில் எந்தப் பகுதியைப் படிக்க வேண்டும் என்பதைப் புரிந்து கொண்டு படிக்க வேண்டும்.

6. எந்தப் பகுதியில் என்ன மாதிரியான கேள்விகள் அதிகம் கேட்கப்படும் என்பதையும் ஓரளவுக்கு அனுமானம் செய்து கொண்டு படிப்பது நல்லது.

7. பாடத்தின் முதல் பகுதி, கடைசிப் பகுதி, அதிக மதிப்பெண் கள் கிடைக்கும் பகுதி என்று பாடத்திட்டத்தை முறையாகப் பிரித்துக் கொண்டு அதற்கேற்ப கால அட்டவணையைத் தயார் செய்து கொள்ள வேண்டும்.

8. தேர்வுக் காலத்தில் படிப்பு மட்டுமல்லாமல் உணவும், உறக்கமும் முக்கியம் என்பதில் அதிகக் கவனத்தோடு இருக்க வேண்டும்.

எனவே சரியாகத் திட்டமிடுங்கள்.

காலத்தை திட்டமிட்டு வகுத்துக் கொள்ளுங்கள்.

சவால்களை எதிர்கொள்ளப் பழகிக்கொள்ளுங்கள்.

இடையூறுகளைத் தவிர்ப்பதற்கான வழி முறைகளைக் கண்டறியுங்கள்.

தோல்வியைக் கண்டு துவண்டு போகாதீர்கள்.

தோல்வி என்பதே தூரத்தில் தெரியும் வெற்றிதான்.

வெற்றியை நெருங்கிவிட்டதைப் புரிந்து கொள்ளுங்கள்.

வெற்றி உங்களுக்கே.

●

www.ingramcontent.com/pod-product-compliance
Lightning Source LLC
LaVergne TN
LVHW060255051026
849517LV00003B/816
* 9 7 8 9 3 8 7 6 5 5 9 4 2 *